बांधावरच्या बाभळी

ग. दि. माडगूळकर

AA000447

बांधावरच्या बाभळी
कथा
ग. दि. माडगूळकर

Bandhawarchya Babhali
Stories
G. D. Madgulkar

◼

प्रकाशन क्रमांक - १५५४
दुसरी आवृत्ती - १९७९
साकेत आवृत्ती - २०१४
साकेत दुसरी आवृत्ती - २०१८
साकेत सातवी आवृत्ती - २०२५

© सर्व हक्क सुरक्षित, २०१४

◼

प्रकाशक
साकेत बाबा भांड,
साकेत प्रकाशन प्रा. लि.,
११५, म. गांधीनगर, स्टेशन रोड,
छत्रपती संभाजीनगर - ४३१ ००५,
मो. - ७५१७७ ४५६०५
www.saketprakashan.in
saketpublication@gmail.com

श्रीधर माडगूळकर
पंचवटी, ११, पुणे-मुंबई रस्ता,
पुणे - ४११ ००३
फोन - (०२०) २५५४१३९०

◼

पुणे कार्यालय
साकेत प्रकाशन प्रा. लि.,
ऑफिस नं. ०२, 'ए' विंग, पहिला मजला,
धनलक्ष्मी कॉम्प्लेक्स, ३७३ शनिवार पेठ,
कन्या शाळेसमोर, कागद गल्ली,
पुणे -४११ ०३०
फोन- (०२०) २४४३६६९२

साकेत आवृत्ती - २०१४
साकेत दुसरी आवृत्ती - २०१८
साकेत तिसरी आवृत्ती - २०२१
साकेत चौथी आवृत्ती - २०२२
साकेत पाचवी आवृत्ती - २०२३
साकेत सहावी आवृत्ती - २०२४

◼

अक्षरजुळणी : भंडारी मुद्रणालय
आनंदनगर, सिंहगड रोड, पुणे ४११०५१.

◼

मुद्रक : प्रिंटवेल इंटरनॅशनल प्रा. लि.,
जी-१२, एम.आय.डी.सी.,
चिकलठाणा, छत्रपती संभाजीनगर.

◼

मुखपृष्ठ - चंद्रमोहन कुलकर्णी

◼

किंमत : २२५ रुपये

ISBN-978-81-7786-847-0

कथानुक्रम

बांधावरच्या बाभळी

पिसारी स्वभावाचा रामू चौलगे चार-पाच वर्षांनंतर गावाकडे आला होता. गाववाल्यांच्या ओळखीने तो मुंबईच्या एका गिरणीत चिकटला होता आणि चांगली कमाई करीत होता. नेटकेपणाने चाकरी करून त्याने थोडकी माया केली होती. त्याच्या राहणीतही फरक पडला होता. बारीक किनारीचे तलम धोतर, काचेगत कापडाचा, इस्त्री न करावी लागणारा शर्ट, वुलन कोट आणि टोपी असा पेहराव आता त्याच्या अंगवळणी पडला होता. मनगटी घड्याळ, सोन्याची बटणे आणि 'सिगरेट' पिण्याची सवय या नागरपणाच्या निशाण्या त्याच्या वागण्यात सामावून गेल्या होत्या. बोलताना 'साला' या निरर्थक शब्दाने वाक्य सुरू करण्याची लकब त्याने आत्मसात केली होती. काड्याच्या पेटीला 'माचीस' म्हणणे आणि वेळेचा उल्लेख 'टाइम' या शब्दाने करणे त्याच्या सवयीचे झाले होते. त्याच्या पायांतील दोन वाद्यांची रबरी पायताणे तर देखताक्षणी सांगत होती की, तो मुंबईवाला आहे.

गावात राहणाऱ्या आपल्या म्हातारीला भेटावे, गावाकडच्या शेतीत काही सुधारणा लागली तर करावी, अशा हिशेबाने तो गावी आला होता. जमल्यास 'सोयरिकी'बाबतही काही हालचाल करण्याचे त्याच्या मनी होते.

चाकरमान्या मुलगा आल्यामुळे रामाची आई इंद्राबाई मोठ्या खुशालीत होती. आल्यापासून ती त्याला गोडधोड करून घालीत होती. गावातल्या शंभर कटकटी तेलमीठ लावून त्याच्या पुढ्यात ठेवीत होती. आपल्या शेजारच्या जमिनीत 'इंजान' बसवल्याची वार्ता तर तिने तीनतीनदा लेकाला सांगितली. शेजारच्या देशमुखांच्या पोरांनी आपली जमीन कर्तुकीला आणली, तशी आपणही आणावी

हा तिच्या सांगण्यामागचा हेतू होता. पिसारी रामाला तो हेतू उमगला नाही. पण शेजाऱ्यांविषयीचा इसाळ मात्र उगीचच त्याच्या उरी दाटला.

म्हातारीची बडबड ऐकून घेता घेता तो फुकाफुकीच तिरसटला, ‘‘देशमुखाची ऐट नको सांगूस! चौघं भाऊ आहेत ते. मी पडतो एकटा–’’

‘‘ती तर सारीजनं कुठं हाईत हतं?’’

‘‘मग?’’

‘‘तिघंजन तर बाह्यार हाईत, तुझ्यागतच!’’

‘‘मग शेतकी कोण बघतं?’’

‘‘धाकटा. शिर्धरकाका.’’

‘‘काका कशासाठी तो?’’

‘‘अरं, देशमुखाचा ल्योक हाय. सारा गाव काकाच म्हनतो त्याला!’’

‘‘साला हे एक कधी सरणार आहे गावाकडचं कुणाला ठाऊक. शिर्धरकाका म्हणं!’’

‘‘चांगला इंग्रजी शिकून, शेतकी करतोय त्यो!’’

‘‘म्हणून काय साला तुझासुद्धा काका झाला तो?’’

‘‘तू बग तरी!’’

‘‘काय?’’

‘‘तेनी शेतकीचा ऐकूट कसा धरलाय त्यो. आपल्या शेजारच्या जिमिनीत धा हजाराची हीर पाडलीय. ताल घातलीय. दगडाची म्होर बांधलीय. पुरा आठ एकर ऊस लावत्यात ते. ‘कर्शर’ आनलंय... रानात खोली बांधलिया मंगलुरी कौलांची–’’

‘‘साला काही नवल केलं का त्यांनी?’’

‘‘नवलच तर काय? रानातल्या खोलीत ‘रेडिव’ दिखिल बशिवलाय.’’

आता मात्र रामाच्याने पुढे ऐकवेना. कधीकाळीं देशमुखांची मिरासदारी या खेड्यात नांदत होती, म्हणून आजदेखील आपल्या आईने त्यांचे निष्ठेने गोडवे गावेत ही गोष्ट त्याला मुळीच मानवली नाही. शहरातल्या राहण्याने त्याच्या मेंदूला ‘जाग’ आलेली होती. गिरणीमालक, शेठजी, देशमुख–देशपांडे, सरकार या साऱ्या जड बुडांच्या संस्थांबद्दल त्याच्या डोक्यात एक प्रकारचा तिरस्कार वळवळत होता. पोरगा खेकसला तशी इंद्रा बोलताना गप्प झाली. अगदी पडक्या आवाजात हळव्या मऊपणाने म्हणाली, ‘‘रानाकडं तरी चल तू आज–’’

‘‘कशाला? साला त्या देशमुखांची ऐट बघायला?’’

‘‘तसं न्हवं रं, आपलं रान तरी बघशील का न्हाई डोळ्यानं?’’

रामाने आईच्या प्रश्नाला काही उत्तर दिले नाही. तीही मग थोडा वेळ मुकी झाली. चहापाण्याची बासने धुऊन पुसून, तिने चुलीपुढे पालथी घातली. एरवाळी उठून केलेला भाकरीटुकडा तिने डालपाटीत भरला. सांदीतल्या चपला काढून त्या तिने उभ्या उभ्या खाली टाकल्या. मग लेकाला उद्देशून म्हणाली, ‘‘येतोस न्हवं?’’

बिथरलेला रामा तसाच उठला. त्याने अंगात कोट चढवला. इंद्राबाईने गावातल्या घराला कुत्र्याच्या टाळक्याएवढे कुलूप अडकवले. ती मायलेकरे आपल्या मळ्याच्या दिशेने चालू लागली. नव्याने केलेले रस्ते, रस्त्यावर ठायीठायी उभे असलेले गाव-पंचायतीचे कंदील, मारुतीच्या देवळाशेजारचे आठखणी समाजमंदिर, ओढ्याकाठची शाळा, बुद्ध मंडळींची गोड्या पाण्याची विहीर यांपैकी कुठल्याच गोष्टीबद्दल इंद्राने मग आपल्या लेकाला अवाक्षरही सांगितले नाही. कोवळ्या उन्हात ती मायलेकरे चालत राहिली. ओढा ओलांडून ती दोघे चावराच्या रानात शिरली, तेव्हा समोरून कानात जानवे अडकविलेला नाना कुळकर्णी आला. त्या गावकीतल्या जुन्या भेंड्याला आपल्या लेकाने निदानची ओळख तरी द्यावी म्हणून, इंद्राबाईने वळून लेकाकडे पाहिले; पण रामा आपल्याच तालात होता.

‘‘केव्हा आले चिरंजीव?’’ नानानेच थांबून विचारले.

‘‘दोन दिवस झाले.’’ रामाला बोलणे भाग पडले. म्हातारीच्या तोंडावर कळा आली.

‘‘मुक्काम?’’

‘‘आहे आठपंधरा दिवस.’’

‘‘छान छान!’’ त्याचा पोशाख किलकिल्या डोळ्यांनी न्याहाळीत नाना म्हणाला, ‘‘नशीब काढलं इंद्रा, तुझ्या लेकानं. बरं झालं, मुंबई धरली. खेड्यात काही चव राहिली नाही आता. आमचंच बघा की, वतनवाड्या गेल्या. जमिनीच्या धांदोट्या आहेत, त्यासाठी मरायचं इथं. त्या कर्तुकीला आणायच्या तर भांडवल पाहिजे. ते कुठून आणायचं? -बरं, येईन घराकडं-’’ पाठीमागे बांधलेल्या हातातील मोकळी तपेली हलवीत नाना गावाच्या दिशेने गेला. इंद्रा आणि रामा पुढे चालू लागली. या नाना कुळकर्ण्याचा जमाना रामाने लहानपणी

पाहिलेला होता. रामाचा बाप चौगुलकी करीत होता, तेव्हा नानाच्या बोलण्यासरशी गावची जमीन हादरत होती. आता तो बापडा अगदी कळाहीन झाला होता. रामाला त्याची कणवच आल्यासारखी झाली.

"करतात काय आई नाना?" त्याने चालत्या म्हातारीला विचारले.

"का करतंय आता? धाबारा वर्सांमागं वाडा पडून गेला. त्यो काय पुनः बांधनं झालं न्हाई. काम ना धंदा. कुळवाडी देत्याल त्यो पसा कुडता घ्याचा न् जगायचं. ल्हेनं पुसनं हाय जुनं. कोर्ट-कज्जा असला कुनाचा तर मिळायचं चार पैसं-"

म्हातारी इंद्रा आणि तिचा मंबईवाला मुलगा आपल्या मळ्यांत पोचली. शेजारचा मळा बघ, असे सांगण्याचे इंद्राने कटाक्षाने टाळले; पण रामाचे लक्ष देशमुखांच्या मळ्याकडे गेलेच. त्या जमिनीचा हिरवा पोपटी शिणगार बघून त्याने हबकाच खाल्ला. त्या रानाशेजारी आपले रान पोपटाशेजारी कावळा कोकलावा तसे कळाहीन वाटले त्याला. बांधाबांधाने हिंडून त्याने आपली जमीन पायाखाली घातली आणि देशमुखाच्या कर्तुकीविषयीचा इसाळ त्याच्या मनात अधिकच भडकला. विहिरीच्या डबकावरील बाभळीखाली म्हातारी लेकाला बसण्यासाठी जागा साफ करीत होती. एवढ्यात तावातावाने रामा तिथे आला.

"आई-"

"का रं बाळा?-"

"हा बांध कुणी घातला?"

"देशमुखांनी-"

"कुणाच्या हद्दीत आहे तो?"

"बांध सामाईक असतो लेकरा!"

"अन् त्याच्यावरची झाडं?"

"सामाईकच."

लेकाने विषयच काढला म्हणून इंद्राबाईचे लक्ष त्या झाडांकडे गेले. चौलगे आणि देशमुख यांच्या जमिनीच्या मधोमध लांबचलांब असा एक वरंडा होता. त्या वरंड्यावर शेपन्नास बाभळीची झाडे वाढलेली होती. पाणस्थळाच्या सान्निध्याने त्या काटेरी झाडांना मोठी झपाट्याची वाढ लाभली होती. प्रत्येक झाडाचा बुंधा इमारतीच्या उपयोगी पडावा असा बाजू लागला होता. जन्मगावात आपले एखादे उत्तम घर असावे, असे रामाच्या मनात होते. आज उद्या तो ते

बांधणार होता. त्या बाभळीच्या झाडांच्या तुळया त्या इमारतीच्या कामी येतील असे त्याला उगीचच वाटले. त्या झाडांची मुळे करून त्याच्या मनातले स्वप्न मग चांगलेच वाढीला पडले. आपलीही शेतकी देशमुखाइतकी कर्तुकीला येईल. गावात वाडा होईल. घरात कारभारीण नांदेल... माणसाच्या मनोगताला कुठे बांधबंधारा असतो थोडाच...! रामा त्याच स्वप्नात विरघळत राहिला.

त्या बांधावरच्या बाभळी न्याहाळीत बसणे हा नवाच छंद त्याला पडला. रोज सकाळी तो इंद्राबरोबर रानात येऊ लागला आणि विहिरीच्या डबकावरच्या बाभळीखाली बसून त्या बाभळी न्याहाळीत राहू लागला. डोळ्यांनीच इमारत बांधू लागला. डोळ्यांनीच शेती-शेतवाडी कर्तुकीला आणू लागला. त्या बाभळी आणि आपले भावी वैभव यांचे सांधे त्याच्या मनात इतके घट्ट जमले की गावातली कुणब्याची पोरे आपसांत बोलू लागली, "रामा चौलगे रोज रानात जातो आणि देशमुखांच्या बांधावर 'दुर्बीण' लावून बसतो."

रामाला गावात येऊन आठवडाभर होऊन गेल्यावर जिल्ह्याच्या गावी गेलेला श्रीधर देशमुख गावी परत आला. तो कसल्याशा परिषदेसाठी गेला होता. सुशिक्षित आणि उच्च कुलोत्पन्न असल्यामुळे तो जिल्ह्याच्या पुढारी मंडळीत चांगले वजन मारून होता. वयाने ऐन पंचविशीत असूनही गाव त्याला मानत होता. शिर्धरकाकाला गावचे पुढारीपण आपसुखच लाभलेले होते. जिल्ह्याच्या परिषदेतून, श्रीधरकाका एक नवा विचार घेऊन आला होता. आपल्या छोट्याशा खेड्यात सहकारी शेतीचा प्रयोग करून पाहावा असे त्याच्या मनाने घेतले होते. "माझ्या गावात तरी शेतीशेतीतले बांध मी उरू देणार नाही," असे वक्तव्य त्याने सहकार परिषदेत केले होते. टाळ्यांचा गजर घेतला होता. परिषदेच्या माननीय अध्यक्षांनी उच्चारलेले एक वाक्य त्याच्या अगदी जिव्हारी पोचले होते. अध्यक्ष म्हणाले होते, "पाश्चिमात्य राष्ट्रे चांदासाठी भांडत आहेत; आपण अजून बांधासाठी भांडत आहोत!" हे बांध तोडण्याचे त्याच्या मनाने घेतले होते. गाव आपले मोडणार नाही याची त्याला खात्री होती.

एस.टी. गाडीतून उतरून श्रीधरकाका आपल्या वाड्यापुढे आला तेव्हा त्याला पहिला नमस्कार केला जगू मेंढक्याने.

"आला का काका?" जगू खुशीने म्हणाला.

"काय म्हणतोय तुझा खांडवा?"

शेतकीत मेंढरांचे खत फार मोलाचे असते या जाणिवेने श्रीधरकाकाने शेपन्नास

मेंढरे नुकतीच घेतली होती. त्यांच्या देखभालीवर जगूला नेमले होते. मेंढरांच्या खांडव्याविषयी मालकाने प्रश्न विचारताच जगू बोलला, ‘‘माळाला जोगवनात जनावरं काका.’’

‘‘मग?’’

‘‘बाभळा संवळू का?’’

‘‘कुठल्या?’’

‘‘चावराच्या रानातल्या.’’

‘‘संवळ की मग, विचारायचंय काय त्यात?’’

‘‘रामा आलाय.’’

‘‘कोण रामा?’’

‘‘चौलगे.’’

‘‘मग?’’

‘‘पोरं म्हनत्यात त्यो सारखी दुर्बीण रोकून बसलेला असतो.’’

श्रीधरला काही बोध झाला नाही. हातातल्या काठीने जमिनीवर रेघा काढीत जगू मेंढका म्हणाला, ‘‘रामा, इंद्रा चौगलणीचा ल्योक. मंबईसनं आलाय्. सदै रानांत असतो. बांध समाइक असंल न्हवं त्याच्यात न् आपल्यात?–’’

‘‘जा,जा, मेंढरांना चारा घालायचा, त्यात बांधाच्या न् सामाइकाच्या कथा आल्या कुठं? तुला बाभळा संवळून मेंढरांना घालायच्या आहेत तर घाल जा.’’

जगूला पडल्या फळाची आज्ञा मिळाली. तो सटकला. श्रीधरकाकाही वाड्याकडे गेला. बांध, सामाईक वहिवाट या क्षुद्र गोष्टींनी त्याची हुंबाडी तसूभरदेखील कातरली नाही.

दुपारचे दोन वाजलेले असतील. आईने लाडाने करून घातलेली तेलकट धपाटी रामाच्या हातापायी उतरली होती. बाभळीखालच्या विरळ सावलीत त्याचा डोळा चांगलाच घुटमळत होता. मेंढरांच्या ‘बें बें’ने त्याला अचानक जाग आली. डोळे किलकिले करून त्याने समोर पाहिले आणि त्याची झोप पार उडाली. साप चावल्यासारखा तो चाटकन उठून दोन पायांवर उभा राहिला. टोपी न घालताच, धोतर खोचीत बांधाकडे धावला. इंद्राबाई आसपास नव्हती. रामाचा चेहरा पालटला, छातीतले ठोके वाढले. डोळे तारवटले. तो संतापाने नखशिखांत पेटला. त्याच्या स्वत:च्या रानात मेंढरांनी कालवा मांडला होता. बांधावरच्या एका नेटक्या बाभळीवर चढून जगू मेंढका आपली फरशी चालवीत

होता. तळी जमलेली मेंढरे त्या कोवळ्या लुसलुशीत पाल्यावर तुटून पडत होती. धापा टाकीतच रामा बांधाजवळ पोचला. तो जोरात ओरडला– ''कोण आहे बाभळीवर?''

मेंढक्याने उत्तर दिले नाही. रामा पुन्हा जीव खाऊन ओरडला, ''कोण आहे बाभळीवर?''

''थिर्रर्रर च्यक् च्यक् थिर्रर्रर च्यक् च्यक्!'' मेंढक्याने मेंढरांना उद्देशून आवाज केला.

''अरे कोण आहे बाभळीवर?'' रामाने तिसऱ्यांदा विचारले.

''तुजा बा!'' जगू बेमुर्वतीने उंचीवरून बोलला.

''खाली उतर!'' –रामाचे माथे आणखी बिथरले.

''उतरणार न्हाई'' –जगू थंडगारपणे म्हणाला.

''बाभळी सामाईक आहेत.''

''मालकांना जाऊन सांग.''

त्या आडमुठ्या मेंढक्याला काय उत्तर द्यावे, ते शहरी रामाला सापडेना, त्याच्या संतापाची वाचाच उमटेना. आई कुठे दिसेना. बांधावरच्या पाचसहा बाभळीखाली मोठमोठे डहाळे पडले होते. मेंढरे त्यांना भिडली होती. रामाला काही सुचेना. तो जणू आपल्याच अंगाशी झट्या घेऊ लागला. न सुचून त्याने जोरात हारळी मारली. ''आई–आई–इऽ ऽ!''

''बायली! आईला हळी मारतंय् पोरागत,'' असे म्हणून बाभळीवरचा मेंढका कुचाळकीचे हसणे हसला आणि त्याने आणखी भला मोठा डहाळा खाली पाडला. अंगावरची लोकर थरकवीत दोनपाच मेंढरे तिकडे धावली. रामाला काहीच करणे जमेना. तो जणू त्या काळ्या ओंगळ जनावरांतलाच एक झाला.

नेमका त्याच वेळी वरल्या अंगाने नाना कुळकर्णी आला. बांधावर उभा राहून त्याने एक वेळ मेंढक्याकडे पाहिले आणि मग रामाकडे नजर वळवून तो म्हणाला, ''कोण रामभाऊ काय?''

''हो, बघा की अन्याय! न विचारता, न सांगता झाडं तोडतोय.''

नानाने एक दीर्घ नि:श्वास टाकल्यासारखे केले आणि तो बांधावरून खाली उतरला. आणखी कुणीतरी आले आहे या जाणिवेने रामाचा राग बळावला. अस्तन्या सारीत, ''खाली उतर म्हटलं तर–'' असे ओरडत तो बाभळीकडे धावणार, एवढ्यात नानानेच त्याला आवरले.

“अरे, अरे हे काय अडाण्यासारखं?” नाना म्हणाला. आपला गौरव झाल्यासारखे वाटून, “अहो पण-” इतकेच अर्धे वाक्य रामाच्या तोंडून बाहेर पडले.

“त्याच्याशी भांडण्यात काही अर्थ नाही. चला-”

धुसमुसणाऱ्या रामाला बरोबर घेऊन नाना कुळकर्णी थेट गावाकडे निघून गेला. जगू मेंढक्याने लावण्या गात बाभळी संवळण्याचे काम जारी ठेवले.

संध्याकाळी श्रीधरकाकाच्या अड्ड्यात कुणीतरी सांगितले, ‘नाना कुळकर्णी आणि रामा चौलगे तिन्हीसांजेच्या एस.टी.नं तालुक्याला गेली-’

रिकामटेकड्या नाना कुळकर्ण्यांने तालुक्यापर्यंत जाता जाता रामाचे कान भरले. देशमुखांच्या पोरांचे प्रस्थ कसे अकारण वाढले आहे, सारा गाव त्यांच्या रिकाम्या दमदाटीला कसा टरकतो, शिर्धर देशमुख किती मातलेला आहे आणि आपले गावकरी कसे अडाणी मेंढरांच्या जातीतील आहेत, हे सारे त्याने आपल्या रसाळ बोलीने रामाला ऐकवले. त्याला चांगलेच हुलीवर घातले. श्रीधर देखमुखाला धडा शिकविण्याची योग्यता रामासारख्या जग पाहून आलेल्या माणसातच आहे, हा नानाचा युक्तिवाद रामाला अचूक पटला आणि त्याने नानांचे अनुयायित्व सपशेल पत्करले.

नाना आणि रामाने दोन दिवस तालुक्याच्या गावी ठिय्या दिला. कुणाच्या मुठी दाबल्या न् काय केले देव जाणे. कोर्टाच्या बेलिफासहच तो माघारी आला. तालुका सोडून पांढरीत आल्याबरोबर नाना आपल्या पडकात निघून गेला. देशमुखांचे घर बेलिफाला दाखविण्याची जबाबदारी रामावर आली. चिडीला पेटलेल्या रामाने ते काम निर्भयपणाने केले. चारचौघांत बसून सहकारी शेतीच्या योजना आखीत असलेल्या शिर्धर देखमुखाला त्या दोघांनी गाठला. त्याच्या हाती कोर्टाचा कागद देऊन त्याची सही घेतली. रामाच्या या धाडसाने जमलेले गावकरी थक्क झाले!

“झालं न तुमचं काम?” शिर्धरकाकाने बेलिफाला विचारले.

“जी.”

“मग का थांबलाय? चालू लागा,” एक म्हातारासा गावकरी बोलला. त्याचे ते बोलणे रामाला मेंढराच्या ओरडण्यासारखे लागले. तो बेलिफाला घेऊन घरी गेला. आईला सागुती शिजवायला सांगून, त्याने त्या शिपायाच्या खान्याची तयारी केली. आढेवेढे घेत पण नानाही पंक्तीला आला. रामाच्या बहाद्दरीचे

वर्णन नानानेच त्याच्या आईजवळ केले. ‘‘एक पठ्ठ्या निघाला गावात. देशमुखांच्या पोरांना नोटिसा लागल्या!’’

‘‘नका हत्तीसंगं दांडू खेळू’’ इंद्रा काकुळतीने म्हणाली.

‘‘दांडू नाही आई, हत्तीच्या गंडस्थळावर अंकुशच हाणणार आहे मी,’’ रामाने फुशारकी हाणली. कायदा त्याच्या बाजूचा होता. तो बांध मुळी चौगुल्यांच्याच हद्दीत होता. ती झाडे रामाच्याच मालकीची होती. गावकऱ्यांनी देशमुखाची कड कितीही घेतली तरी कायद्याची रेघ रामाच्याच बाजूला होती. नाना कुळकर्ण्याने त्या बाबतीत त्याला खात्री दिली होती. तलाठी पद्धत येण्यापूर्वी नानाने कैक वर्षे गावचे कुळकर्ण केले होते. गावच्या पिकाऊ जमिनीचा नकाशा त्याच्या डोळ्यांपुढे ताजा होता.

बेलीफ आणि नाना निघून गेल्यावर, म्हाताऱ्या इंद्राने लेकाला समजावण्याचा परत प्रयत्न केला; देशमुखामागे गाव असल्याची जाणीव दिली; पण रामा बधला नाही. नानाने त्याला चांगलाच हुलीवर घातला होता. सरकारी अंमलदाराची मदत विकत घेता येते, अशी खात्री दिली होती. ती मदत विकत घेण्याइतके बळ रामाच्या खिशांना नक्कीच होते.

थांबवणीचा हुकूम लागू झाल्याचे नानाने सांगताच, रामा पुन्हा आपल्या बाभळीखाली जाऊन बसला. त्याने परत आपल्या डोळ्यांची दुर्बीण त्या बाभळीच्या झाडांवर रोखली. शिर्धर देशमुखाचा मेंढका काहीच न घडल्यासारखा भर दुपारी मेंढरे घेऊन आला. पुन्हा झाडावर चढून, तो बाभळी सोवळ्या करू लागला. रामाला पुन्हा तिरीमिरी आली. तो तरतरत उठून जगूला आडवा गेला. काही बोलण्यापूर्वीच जगूने त्याला तराटणी दिली, ‘बडबड केलीस तर खापलून टाकीन!’

त्याने खरोखरच फरशी उगारलेली पाहताच, रामाच्या तोंडचे पाणी पळाले तो परत नानाकडे धावला. तिन्हीसांजेच्या मोटारीने ती दोघे परत तालुक्याकडे रवाना झाली. तीही बातमी श्रीधरकाकाला लागली. गावकरी आणि देशमुख, चौगुल्याच्या चावटपणाविरुद्ध उभे राहिले. नानाने सांगितलेल्या गुरुमंत्राच्या बळावर रामाने सरकारी अधिकाऱ्यांच्या मुठी आणखी गरम केल्या.

दोनतीन दिवसांतच तालुक्याहून दोन माणसांचे कमिशन आले. ते आले ते थेट रामाच्या घरी. चहापाणी झाले आणि कमिशन मळ्याकडे गेले. कमिशनच्या सभासदांनी रामाला सांगितले, ‘एकदोन पंच बोलवा.’

रामा साऱ्या गावभर वरावरा हिंडला. त्याच्याबरोबर यायला एक माणूस तयार होईना. कमिशनचे सभासद रामाचे ऋणाईत होते. ते तसेच निघाले; पण मनोमन मात्र ते हबकले. गावकरी मंडळींची सहानुभूती रामा चौगुल्याकडे मुळीच नाही हे त्यांच्या ध्यानी आल्यावाचून राहिले नाही. कमिशन ओढा ओलांडून वर आले तेव्हा जगू बाभळीचे डहाळे पाडीतच होता. नाना आणि रामा चालत चालतच कमिशनशी बोलत होते.

देशमुखाच्या वाड्याकडून एक मांग झटक्याने आला आणि त्यांच्या अंगावरून पुढे निघून गेला. कमिशन, रामाच्या मळ्यात पोचायच्या आधीच जगू मेंढका आणि त्याची मेंढरे पलीकडच्या देशमुखीत गेली. नुकतेच तोडलेले डहाळे मात्र जागच्या जागीच राहिले. जगू मेंढका किंवा निरोप्या मांग कुणालाही त्या डहाळ्यांचा पुरावा होऊ शकेल, ही गोष्ट भावली नाही.

कमिशनची मंडळी, नाना, रामा सारी गुन्ह्याच्या जागी पोचली. काळ्या मातीत पडलेले हिरवे डहाळे दाखवीत रामा तणतणला, ''हे बघा साहेब, सरकारी हुकूम आला तरी काम चाललंच आहे याचं!''

''घोंगडं टाका'' कमिशनचा एक सभासद बोलला. रामा आणि नाना दोघे धावले. रामाची धाव एक कदमाने पुढे जाताच नाना थांबला. रामाने घोंगडी आणली आणि काळीवर पसरली. कमिशन बसले. एवढ्यात चारी दिशांनी चारपाच गावकरी रेंगाळत रेंगाळत आले आणि कुणी बांधावर तर कुणी खाली उगीचच बसून राहिले. थोड्या वेळाने श्रीधर देशमुखही आला. त्याला पाहून एका कमिशन सभासदाला जागा करीत रामा म्हणाला, ''हे देशमुख!'' सभासदाने नमस्कारासाठी उचललेला हात नमस्कार न करताच खाली घेतला; कारण श्रीधरने मुळीच नमस्कार केला नाही.

''ह्या ह्या डहाळ्या-आता तोडल्यात,'' बाभळीची एक डहाळी उचलीत रामा जणू श्रीधरवर आरोप करीतच बोलला.

''स्टे ऑर्डर मोडून पाडल्या या डहाळ्या?'' कमिशनपैकी एकच म्हणाला.

''मग काय तर?'' रामा तणतणला. पांगूनपांगून बसलेल्या गावकऱ्यांनी हनुवटी उचलून उगीचच एकमेकांकडे पाहिले. श्रीधरही थोडासा बिचकला. स्टे ऑर्डर मोडल्याचा आरोप झिंजाडणे कठीण पडेल, हे त्याला माहीत होते. त्या डहाळ्या आता पाडलेल्या नाहीत हे सिद्ध करण्यासाठी नेमके काय करावे ते त्याला सुचेना. एका म्हाताऱ्याशा पण मिष्कील दिसणाऱ्या गावकऱ्याला त्याने

तिरस्कारपूर्ण हसणे हसत विचारले.

"या डहाळ्या आत्ता पाडलेल्या आहेत होय पाटील?"

तोंडातला तंबाखूचा पिंक मातीवर टाकून ती बुजवीत म्हातारा पाटीलही हसला आणि कमिशनच्या पुढे येऊन दोन पायांवर बसत म्हणाला, "अव, बाभळीचा पाला पंदरादी हिरवागार राहतोय्. त्ये त्ये बगा. पल्याड माझ्या रानात ढापं हाईत, ते पाडून पंदरादी झाल्यात. आत्ता पाडल्यागत दिसत्यात. चला हो तर!"

कमिशन जागचे हालले नाही. त्यातील दोघांनीही पाटील दाखवीत होता त्या दिशेला पाहिले आणि मान डोलावली. श्रीधरला याचे नवल वाटले. पाटिलकीच्या कामात रुळलेल्या म्हाताऱ्याने येतायेता, तो डहाळ्याचा पसारा मुद्दाम करून ठेवला होता हे त्याच्या ताबडतोब लक्षात आले.

कमिशनने, पाडलेल्या डहाळ्यांचा पंचनामा सुरू केला. अनाहूत पंच मंडळी प्रसंग जाणून पुढे सरकली.

"हे डहाळे पाडलेत हे तर खरं? का हो पाटील!" कमिशनपैकी एकाने विचारले.

ऐसपैस मान डोलावीत पाटील बोलले, "हातच्या कांकनाला ऐना कशाला? पडल्यात फाटं हे खरंच हाईत की!"

"हे देशमुखाच्या गड्यांनी तोडले. खरं की नाही?"

"तोडलं म्हंजे तोडावंच लागल्यात," पाटील म्हणाला.

"म्हणजे?" कमिशनवाला तिरसटला.

"म्हंजे असं! कावूं नगा साएब. मी आपनास्नी इच्यारतो, आपुन ह्ये कपडं घालतां हे कवा काडतां का न्हाई?"

"म्हणजे काय? रात्रंदिवस काय कपडे अंगावर ठेवतं कुणी?"

"हंग असं! ठेवलं तर काय हुईल?"

"घाणेरडे होतील. दुर्गंधी सुटेल त्यांची!"

"भले. तसंच हाय झाडांचं बी. मानसाच्या अंगावरचा कपडा, तसाच झाडाच्या अंगावर ह्यो झाडपाला; त्यो उतरावा लागतो. त्यात गुन्ना न्हाई."

"झाडाचं नुकसान न्हाई होत?"

"कपडं काढल्यानं मानसाचं मांस कमी हुतं का? न्हाई. मग शेंडं संवळल्यानं झाडाचं नुकसान कसं हुईल सांगा?"

“ते जाऊ दे,” पहिला निरुत्तर झाल्याचे पाहून दुसरा कमिशनवाला म्हणाला, “ह्ये ह्ये दिसतात हे फाटे काय किमतीचे होतील?”

“काय सुदिक न्हाई!”

“काही किमतीचे नाहीत?”

“अं-हं!”

“म्हणजे?”

“म्हंजी असं. आपुन कंदी मंबईला गेलावता का?”

“पुष्कळदा.”

“ततलं गुजराती शेट बघितल्यात का?”

“हो.”

“त्ये लोक ह्या बाभळीच्या काड्यांनीं दात घासत्यात. बोटभर काडीला एक आना देत्यात.”

“तेच म्हणतो.”

“पण ते मंबईत. हतं कोन इच्यारतोय? रानात बाभळ नसावी. कुनाबी शेतकऱ्याला इचारा साएब. आमी हे फाटं काढून फेकतो. गोरगुरीबं जाळाय पायी घेऊन जात्यात.”

“म्हंजे या फाट्यांची काहीसुद्धा किंमत नाही?”

“कसली आलीया किंमत?” जवळची पाचसात तोंडे बोलली. कमिशन थंडगार पडले. त्या दोघांनीं काय नोंदी करून घेतल्या कुणास ठाऊक! पंचायतीचे काम तिथंच उरकले.

रामाच्या खर्चाने जेवणखाण उरकून कमिशन परत गेले. रामा आणि नाना कुळकर्णीही कमिशनपाठोपाठ तालुक्याला गेले.

मग चार-आठ दिवसांनी मोजणीदार आला. त्याचीही मूठ रामाच्या वतीने नाना कुळकर्ण्याने गरम केलेली होती. गावकरी देशमुखाची पाठराखण करतात, हे मोजणीदाराला आगाऊ समजलेले होते. तो कारंड्या मुलखातला होता. या भागात नवा होता. नकाशा, शंकू, साखळी घेऊन तो थेट इंद्राबाईच्या रानात पोचला. मोजमापे घेण्यासाठी माणूसदेखील मिळाला नाही त्याला. त्याची चाकरी रामाने अन् नानाने केली. नकाशाबरहुकूम मापे घेऊन, त्या मोजणीदाराने हद्दीचे दगड रोवले ते बांधाच्या आत. देशमुखांच्या रानातली चांगली दहा वाव जमीन आत घेऊन. रामा मनात हरकला. बांध आणि बाभळी मोजणीदाराने

आपल्या हद्दीत घातल्या. आता देशमुखे लटकली, याविषयी त्याची बालंबाल खात्री झाली. कमिशन पैसे खाऊनदेखील टरकल्यागत वागले होते. मोजणीदाराने तसे केले नव्हते. तो दिल्या दामाला जागला होता. नानाच्या हातचलाखीला यश आले होते.

नाना, मोजणीदार, रामा आखणीचे काम उरकून बांध उतरतात, तोच दोन रामोश्यांची पोरे गावांकडून आली. त्यांनीं ते नवे शींवधोंडे बघितले. त्यातला एक मोजणीदारापुढे आला आणि नुसते तोंडानेच म्हणाला,

"रामराम मोजणीदारसाहेब!"

मोजणीदाराने हात छाताडापर्यंत उचलला.

"नवी आखणी केली का?" रामोश्याने विचारले,

"हो, का?" मोजणीदार म्हणाला.

"नकाशापरमानं?"

"तू कोण विचारणार?"

"मी पंच आहे गावचा!"

"हो, नकाशाबरहुकूम केली."

"चुकल्यालं हाय तुमचं!"

त्या गड्याचा आविर्भाव आणि बोलीतला उर्मटपणा लुकड्या मोजणीदाराला सोसवेना झाला. त्याचे त-त-प-प होऊ लागले, तसा दुसरा रामोशी झपाट्याने पुढे आला आणि तिखटजाळ आवाजात आपल्या जोडीदाराला म्हणाला, "निसतं तोंडानं काय इच्यारतोस ईस्वरा? टोलं हान की दोन त्या मोजनीदाराला! तेच्या बानं आखनी केलीती का अशी? ह्या गावाचं नाव नव्यानं ऐकल्यालं दिसतंय ह्या नरपुड्यानं."

मोजणीदाराचा सद्रा घामाने चिंब झाला. त्या दोन राक्षसांच्या डोळ्यांनीच तो इतका भेदरला, की शेतकीमंत्र्यासमोर बोलावे, इतक्या अदबीने तो म्हणाला, "तालुक्याला गेल्यावर मी ताडून पाहतो. कदाचित नकाशा चुकीचा-"

रामोश्यांची पोरे यावर खो खो करून हसली. ईश्वरा रामोशी मिस्कीलपणाने म्हणाला, "धड अंगानं पळा मोजनीदारसायेब! यष्टी एवढ्यात ईल.-"

मोजणीदार खरोखर गेला. नाना आणि रामा यांची तोंडे पुन्हा चिमण्यांएवढी झाली. इंद्राबाईने कपाळावर हात मारून घेतला.

देशमुखांच्या दबावानं सारा गाव रामाच्या विरुद्ध पौंड टाकू लागला. तसा

रामा आणखी खवळला. नानाने कायद्याच्या रेघांनी त्याला हवे होते ते चित्र रंगवले. बांधावरच्या बाभळीचा खटला तालुक्याच्या कोर्टात सुरू झाला. तारखावर तारखा पडू लागल्या. रामा मुंबईहून परस्पर येऊ लागला. वर्ष दीड वर्ष निघून गेले. वकील फी, लाच, नानाचा मेहताना, मुंबई ते मुलूख यांतले हेलपाटे असे करता करता रामा पुरता नागवला. दातावर मारायला पैसा राहिला नाही त्याच्याकडे. तालुक्याला येण्यासाठी त्याला उसनवारी करावी लागू लागली. मग मात्र तो हबकला. इंद्रा सारखे डोळे गाळू लागली. लेकाने कमावलेला पैका नाना कुळकर्ण्यांने उधळला म्हणून त्याच्या लेकराबाळांना ती शिव्या घालू लागली. गेल्या खेपेला रामा गावात आला तो पुरता वैतागून. नाना कुळकर्ण्याला त्याने कळकळून सांगितले, ''आता मिळतं घ्याचं बघा पंत!''

''का?''

''लई झालं. मी म्हातारीला घेऊन मंबईला जावं म्हणतो. ह्या गावात राहणंच नको!''

''आणि जमीन?''

''टाकीन विकून?''

''कुणाला-कितीला?''

''काय येतील त्या पैशाला, कुणी मागील त्याला!''

''कुणालाही विकता येणार नाही ती. देशमुखांनाच विकली पाहिजे.''

''देशमुखांना? फासेपारध्यांना विकीन. दरवेश्याला विकीन. देशमुखांना नाही.''

''देशमुखांनाच विकली पाहिजे.''

''तुम्ही पण सामील आहे म्हणा की देशमुखाला.''

''सामील असतो तर तुला मदत केली असती का?''

''मग देशमुखाला विकावी जमीन असं का म्हणता?''

''कायदा आहे.''

''काय?''

''जमीन शेजारच्या कर्त्या कुणब्यालाच विकली पाहिजे!''

''देशमुख कुणबी?''

''मग?''

''अहो, चाळीस एकर बागाईत त्याची!''

''पाची भावांनी वाटण्या केल्या आहेत!''

''ते सारे शेतकरी?''

''अर्थात.''

''विकायची तरी माझी जमीन त्यांनाच विकली पाहिजे?''

''अलबत.''

रामाच्या डोक्यातला दिवा गपकन विझला. बांधावरच्या बाभळीसाठी सारी जमीन देशमुखांच्याच घशात घालण्याच्या कल्पनेने त्याच्या काळजात काळीकुट्ट अवस उसळली.

आता परिस्थिती अशी आहे, की रामाला जमीन विकावयाची आहे. ती देशमुखांनाच मिळणार आहे. सुशिक्षित शेतकरी आणि गावचा नवा पुढारी म्हणून श्रीधर देशमुख मात्र गावातले सारे बांध तोडून सामाईक शेती करण्याच्या विचारात आहे. इंद्राबाई आणि देशमुख यांच्यामधील बांधावरच्या बाभळी जोराने वाढीला पडल्या आहेत. जगू त्या आठपंधरा दिवसांनी संवळत असतो. देशमुखांची मेंढरे हिरवा पाला खाऊन जोगावत असतात.

तांबडी आजी

एकोणीसशे पंचेचाळीस सालच्या मे महिन्यातली गोष्ट. धाकट्या भावाच्या लग्नासाठी मी कोल्हापुराहून माणदेशाकडे निघालो होतो. आजच्यासारखी प्रवासाची सरळ सोय त्या काळी झालेली नव्हती. दहा ठिकाणी उतरून, थटत थटत मुक्कामावर पोचण्याची कटकट टळावी म्हणून, मी थेटपर्यंतच एक भाड्याची मोटार केली होती. गाडीत लोकसंख्या फारशी नव्हती. मी, बायको आणि दोन छोट्या मुली. ड्रायव्हर एक पाचवा.

माझी एकुलती एक मावशी वाटेवरच भिवघाटाच्या आसपास असलेल्या एका खेड्यात राहत होती. तिला मी आधीच लिहिले होते, "ठरल्या वेळी भिवघाटाच्या तोंडाशी थांबते, जाताना मलाही घेऊन जा." असे उत्तर तिने धाडले होते.

भिवघाटाच्या तोंडाशी पोचायला आम्हांला संध्याकाळचे चार वाजले. ठरल्याप्रमाणे मावशी तिथे उभी होती. कमरेवर हात ठेवून, ती आमच्याच गाडीची वाट पाहत होती. तिच्यापाशी सामानसुमान फारसे नव्हते. एक गाठोडे होते. ते ड्रायव्हरने गाडीच्या डिकीत सारून दिले. एका पोरीला मांडीवर घेऊन मी ड्रायव्हरशेजारच्या सीटवर बसलो. मावशी आणि कुटुंबिनी ऐसपैस मागे बसल्या. एक पोर त्या दोघींच्या मधी मावले. पोचवीत आलेल्या गाडीवानाला मावशीने निरोप दिला. गाडी हलली. घाटाच्या उतरणीला लागली. घाट म्हणजे डोंगरातली वाट होती, इतकेच. ती वाट उतरणे, चढणे मोटारीसारख्या वाहनाला अवघडच होते. ड्रायव्हर बेताने हाकीत होता, तरी हिसके-दचते बसत होते. बोलक्या स्वभावाची मावशी, खरं तर त्या रस्त्याच्या चढउतारावर काही भाष्य

करायची; पण भिमाशंकराचे देऊळ मागे पडले तरी, ती एक अक्षर बोलली नाही.

"का ग मावशी, बोलत का नाहीस?" न राहून मीच विचारले.

"द्वाड मन कष्टीच झालंय रे!" मावशी म्हणाली.

"का ग? भाल्याचं लग्न होणार. तुला, आईला दुसरी सून येणार अन् मन कष्टी ग कशासाठी?"

"काल कृष्णामास्तर आले होते जरंडीला."

"कृष्णा मास्तर? आमच्या गावचे?"

"हं."

"मग?"

"त्यांनी काही भलतीच बातमी सांगितली."

"कसली?" मी चमकून विचारले.

"घाबरण्यासारखं काही नाही त्यात. पिकलं पान गळायचंच."

"कोण? कुणी आजारी आहे का गावाकडं?"

"होय रे मेलं!"

"कोण?"

"ती खालच्या वाड्यातली म्हातारी. मथुकाकी."

मथुकाकी एवढ्याने चटकन माझ्या लक्षात आले नाही. खालच्या वाड्यातली सारी म्हातारी माणसे मी ध्यानात आणू लागलो. मला ठीकपणे स्मरत नाही, हे मावशीच्या लक्षात आले असावं. मला चटकन बोध व्हावा म्हणून ती म्हणाली– "तांबडी आजी रे तुझी!"

आता मला बरोबर आठवले. तांबडी आजी. गोऱ्यापान रंगाची. मुळातच बुटकी. त्यात वाकलेली. सुरकुतलेल्या तोंडाची. लोंबत्या कातडीच्या दंडांची. ब्राह्मणवाड्यातली सारी मुले तिला तांबडी आजी म्हणायची; तिच्या अंगावर नेहमी लाल आलवणच असे. मुलांत खेळण्याचा तिला भारी छंद. कित्येकदा तरी आम्ही तिच्या घरी जायचो. लाह्याचं पीठ खायचो.

"तिचं वय काय असेल ग मावशी?" मी विचारले.

"मस्त नव्वदीला आली असेल. आता गेली तर काही नवल नाही. पण दहा दिवसांतली पडते. भाल्याच्या लग्नाचा मुहूर्त..."

"इतकी आजारी आहे!"

"तर रे! मास्तर सांगत होता, अगदी घटका घातल्या आहेत. म्हणून तर

मी एकटीच निघाले. रामलक्ष्मणांना म्हटलं, तुम्ही नका येऊ रजा घेऊन. कदाचित मुहूर्त पुढंच पडेल.''

"शरीरप्रकृती चांगली होती ग तिची!''

"चांगली नसायला काय झालं? ठेवणीची साडी पिढ्यान्पिढ्या टिकते.''

"म्हणजे?''

"अरे, फार तरुणपणी नवरा गेला होता तिचा. भास्करबाबा म्हणून होता. फक्त तीन मुलं झाली. अप्पा, बापू आणि एक मुलगी मनुआत्या. मुलं लवकर व्हायची त्यांच्या काळात. नवरा गेला तेव्हा वीसेक वर्षांची असेल मथुकाकी. दिसायची फार सुरेख म्हणे तरुणपणात. तुझ्या आईच्या पाठराखणी आले होते मी. चांगली सालभर राहत होते तुमच्या गावात. तेव्हा पाहिलेली तिला. तेव्हा ती चाळिशीला आली होती. पण साऱ्या गावात बाई नव्हती दाखवायला तिच्यासारखी. दुधाण्यावरल्या बोक्यासारखी दिसत होती गुबगुबीत.''

"पोथ्याबिथ्या तेव्हापासून वाचत होती का ग!''

"काय की बाई?''

"आम्हांला पुष्कळ पुराणांतल्या गोष्टी सांगायची ती?'' काहीतरी आठवल्यासारखे होऊन मी मधेच हसलो.

मावशीनं विचारलं, "का रे, हसलास का?''

"एकदा बरं का मावशी, तांबड्या आजीनं आम्हांला कर्णाची गोष्ट सांगितली. सांगण्याच्या ओघात ती म्हणाली, 'सूर्य कुंतीशी रममाण झाला.'

"मी विचारलं, 'रममाण झाला म्हणजे काय?' तशी ती भयंकर चिडली. गोष्ट अर्धीच सोडून उठून गेली म्हातारी.''

"व्रात्यपणाच केल्यावर काय करील बिचारी. बाकी ती होती तशीच म्हणा!''

"तशीच म्हणजे?''

मावशी काही बोलली नाही. मीच सांगू लागलो, "सोवळंओवळं फार असायचं तिचं. फार कर्मठ होती. कपाळावर, कानशिलांवर मुद्रा लावायची.''

"एकीकडं रमलं नाही म्हणजे दुसरीकडं मन गुंतवतं माणूस. तिच्या आयुष्याची तशी चित्तरकथाच आहे....''

मावशीला कथनाची उबळ आली असल्याचे मी ओळखले. रस्ताही बराच कापायचा होता. मुले बसल्याजागीच पेंगत होती. मावशीच्या सुनेचे विमान तर पार अंतराळात पोचले होते. ती बसल्याबसल्याच गाढ झोपी गेली होती.

ड्रायव्हर डोळ्यात तेल घालून गाडी हाकीत होता. त्याचे आमच्याकडे मुळीच लक्ष नव्हते.

मावशी तांबड्या आजीची कथा सांगू लागली. मी लक्षपूर्वक ऐकू लागलो.

"अरे ही श्रीमंताघरची सुरेख मुलगी. इथं तुमच्या किळसवाण्या खेड्यात आली. नवरा एक नंबरचा बाहेरख्याली. भर दिवसा घरात नाच्ये आणवून तमाशे करायचा. तीन लेकरं झाल्यावर तो गेला मरून... घरची शेती होती, तिच्या बळावर हिनं पोरं लहानाची मोठी केली. पण तीही तसलीच निघाली. बापू कसलातरी घाणेरडा रोग होऊन मेला, माहीत आहेच तुला. धाकटी लेक, लग्नाच्या आठव्या दिवशीच विधवा झाली. तिनं गावात काय काय धंदे केले, साऱ्या जगाला माहीत आहेत. कोणा शिंप्याजवळच राहिली होती म्हणे पंढरपुरी जाऊन−"

"बाप रे!"

"मग काय तर!"

"हे सगळं सोसून ती म्हातारी इतकी धार्मिक आणि कर्मठ राहिली हे नवलच का नाही?"

"राहत होत्या बाबा जुन्या बायका. त्यांच्या पूर्वीच्या पिढींतल्या बायका चितेत उभ्या राहून जळत होत्या. या चितेत उभ्या राहून जगल्या, एवढाच फरक!"

"तू अलीकडं कधी भेटली होतीस तांबड्या आजीला?"

"नाही बाबा. तू?"

"त्यालाही झाली तीनचार वर्षं. आमचं लग्न झालं तेव्हा गेलो होतो पाया पडायला. हिच्या तोंडावरनं हात फिरवला म्हातारीनं..." मावशीशी बोलताना मी थांबलो. माझ्या लहानपणी पाहिल्या, ऐकलेल्या तांबड्या आजीच्या अनेक गोष्टी पण आठवू लागल्या.

शेजारच्या चोपडी गावी कुणी एक अवलिया साधू आले होते. शंभर-दोनशे कोसांवरनं माणसं त्यांच्या दर्शनाला येत होती. आमच्या गावातल्याही बैलगाड्या जाऊ लागल्या. ब्राह्मणवाड्यातल्या साऱ्या ब्राह्मणीही एके दिवशी गेल्या. त्या साधूनं एकीलाही दर्शन दिले नाही. तांबडी आजी गेली नव्हती. त्या साधूने बायकांचा अवमान केल्याचं ऐकल्यावर मात्र ती हट्टानं त्याच्या दर्शनाला गेली. अनवाणी पायाने गेली. लोक वाट अडवीत असता थेट त्याच्या

पर्णकुटीत गेली, सेवेला लागली. तोंडातून चकार शब्द न काढता त्या साधूने त्या म्हातारीची सेवा घेतली. पंधरा-वीस दिवस त्या साधूची सेवाचाकरी करून, ती जेव्हा परत यायला निघाली तेव्हा, साऱ्या चोपडीकरांनी म्हातारीच्या पायांचे दर्शन घेतले...

मारुतीच्या देवळात कुणी सत्पुरुष उतरले होते. ते नित्य नियमाने 'ज्ञानेश्वरी'वर निरुपण करीत. एकदा एका ओवीवर ते अडले. त्याचा त्यांनाच अर्थ विशद करून सांगता येईना. तांबडी आजी पुढे झाली. देवळापुढचे सारे पटांगण माणसांनी फुललेले होते. म्हातारीने त्या साऱ्यांना थक्क करून टाकले. त्या ओवीचा अर्थ इतक्या सोप्या भाषेत समजावून सांगितला तिने की, त्या सत्पुरुषाने 'माउली' म्हणून सर्वांसमक्ष तिला दंडवत घातला...

एके साली गावात अवर्षण झाले. जमिनीला भेगा पडल्या. ओढे-विहिरी कोरड्या ठणठणीत पडल्या. घराघरांतल्या आडांना मोकळ्या पेवांची कळा आली. चाऱ्यावाचून गुरेढोरे तडफडून मरायला लागली. माणसे चिंचेचा पाला ओरबाडून खाऊ लागली. तांबड्या आजीने माळावरचा महादेव पाण्यात बुडवला. तीन दिवस तीन रात्री एकटीने पारोळतळ्याचे पाणी देवाच्या गाभाऱ्यात नेऊन ओतले. शिवालयाचे दगडी गर्भागार एखादा हंडा भरावा तसे भरले. शिवाची पिंडी बुडली मात्र, आभाळात मेघ दाटले आणि अमृताच्या चुळा टाकीत वरुणराजा आला. त्या साली गावच्या जिराईत शिवाराने मंगळवेढ्याच्या मुस्कटात मारली...

तांबड्या आजीला गावातले लोक फार मानीत होते. तिच्या घरात तिची अवस्था काय होती ते कुणासच माहीत नव्हते. आम्हां मुलांत ती रमायची - फार रमायची.

एकदा, तिने आम्हांला एक गमतीचा उखाणा घातला होता. दूर परसदारी, तुळशीवृंदावनाच्या कट्ट्यावर आम्ही सारी मुले आणि आजी एकटी, असेच बसलो होतो. उखाणे घालण्याचा खेळ सुरू झाला होता. आजीचा उखाणा मला आठवला : दार दपटलं, पोर अपटलं, दिवा मालवला न् काम चालवलं.

आजीचा तो उखाणा कुणालाच सुटला नाही. जाणत्या पोरी होत्या त्या हळूच परसदारानं पळून गेल्या. आजी म्हणाली, "गाढव आहेत पोरी. अरे, भाकरी करताना नाही का, एक भाकरी चुलीशी लावावी लागते. एक भाकरी तव्यावर आपटावी लागते. एक फुंकर चुलीतल्या जाळावर घालावी लागते. थापटण्याचे

काम परत सुरू करावे लागते...

उखाण्यांवरून उखाणा आठवला. आवळी भोजनासाठी आवळीच्या रानात गेलो असताना तांबड्या आजीने साऱ्या बायकांना एक असलाच विचित्र उखाणा घातला होता : उंचाली बाई, तिची एवढाली थानं.

बायका भ्यायलेल्या साळुक्यांसारख्या आपसांत कलकल करू लागल्या. उखाण्याचे उत्तर कुणाला सुचले नाही. आजीनेच मग सांगितले, "अग साळकायांनो, माणदेशाच्या उन्हात जन्म जळले तुमचे. नारळाचं झाड कधी पाह्यलंय का, ते असंच असतं. उंचाली बाई : एवढाली थानं–"

तांबड्या आजीच्या अशा अनंत आठवणी माझ्या मनात येऊ लागल्या. मावशीने सांगितलेल्या तिच्या चित्तरकथेचे रंगही त्या आठवणींत मिसळले. त्या एवढ्याशा खेड्यात वाढून वाढून पडायला झालेली ती जाईजुईंची मंडपी आता कोसळणार होती. जाता जाता तिच्याकडून एक अडवणूक होणार होती. मला वाटत होते, असे घडू नये. तांबड्या आजीला मरणही मानाचे यावे. उदबत्ती उभी जळून जाते; पण तिचा सुगंध कितीतरी वेळ दरवळत राहतो. तांबड्या आजीला तसले मरण यावे... उदबत्तीचे मरण यावे, कापूरवडीची अखेर लाभावी. तांबड्या आजीसंबंधीची बोलणी आणि तिच्याच विषयीचे विचार यांत किती वेळ गेला कुणास ठाऊक. गाडी केव्हाच घाट उतरून रस्त्याला लागली होती. सूर्य मावळतीला गेला होता. मावळती दिशा तांबड्या आजीसारखीच वाकली होती. थोड्याच वेळात तो तांबडा प्रकाश सूर्याच्या म्हाताऱ्या ज्योतीसह नाहीसा होणार होता. माळावरचा गार वारा कानांना झोंबू लागला. माझेही डोळे भारावले. बाकीची मंडळी कधीच झोपी गेली होती. मांडीवरले पोर माझ्या छातीवर डोके टेकून पार झोपी गेले होते. मीही थोडा वळलो. उजवा हात सीटच्या पाठीवर लांब केला आणि त्याचेच उसे करून झोपलो. ड्रायव्हर, दृष्टी एकटक लावून गाडी चालवीत राहिला.

गावी पोचलो तेव्हा रात्रीचे बारा वाजले होते. आमच्या वाड्यापुढं जाऊन गाडी थांबली. घरातल्या साऱ्या सोप्यांवर कंदील जळत होते. खोल्यांतून समया तेवत होत्या. लग्नाच्या निमित्ताने जमलेले गावोगावचे सगेसायरे तट्ट जागे होते. झोपलेली मुले तशीच खांद्यावर टाकून आम्ही वाड्यात गेलो. आई कुठे दिसेना.

मावशीने कुणालातरी विचारले, "ताई कुठंय?"

"खालच्या वाड्यात," खोलीतून उठून, बाहेर येत स्वतः नवऱ्यामुलानेच

उत्तर दिले.

"कसे आहे मथुकाकीचं?"

"जगतही नाही न् मरतही नाही."

"म्हणजे?" खांद्यावरच्या झोपल्या मुलीला अंथरुणावर ठेवीत मी विचारले.

"अहो सकाळपासनं गाव जमून बसलंय खालच्या वाड्यापुढं. वाडीची भजनी मंडळी आलीत. नेण्यासाठी विमानाच्या आकाराची ताटीसुद्धा तयार झाली आहे. म्हातारीचे प्राण जाता जात नाहीत."

"मावशी", मी म्हणालो, "चल. आपण जाऊन येऊ या."

"चल", मावशी म्हणाली. चुळादेखील न भरता आम्ही दोघे तसेच निघालो. लगबगीने खालच्या आळीला गेलो. आंगणभर माणसे बसून राहिलेली होती. सर्वजण आळोखेपिळोखे देत होते. खरोखरच वाडीची भजनी मंडळी आलेली होती. खरोखरच विमानाच्या आकाराची ताटी तयार होती. अंगणातून वाट काढीत आम्ही दोघे आत वाड्यात गेलो. अंगणसोपा मागे टाकून आजाऱ्याच्या खोलीकडे गेलो. खोलीच्या तोंडाशी चिक्कार गर्दी होती. त्या गर्दीतून आंत जाऊन मरत्या म्हातारीचे अखेरचे दर्शन घ्यावे म्हणून आम्ही त्वरा केली. पुढे झालो, एवढ्यात केवढातरी मोठा हशा कानांवर पडला. आमच्या आश्चर्याला सीमा राहिल्या नाहीत. एक सतीत्वाला गेलेली म्हातारी मरू घातली आहे आणि तिच्या मृत्युशय्येशी जमलेली माणसे हसताहेत. काय आहे तरी काय? माणसांना मागे लोटून मी आत डोकावले. तांबड्या आजीला दोघाचौघांनी धरली होती. अर्गिणीचा प्रकाश आजाऱ्याच्या साऱ्या खोलीभर पडला होता. ती मरणोन्मुख म्हातारी जोरजोराने उसळत होती. वाताच्या झटक्यात बडबडत होती. त्या बडबडीला काही धरबंधच नव्हता. "अरे मला सोडा. मला नाचायचं आहे. डोलचीवाल्या, मार तोडा. शाब्बास-

छबीदार कुणाची छान, नवती भरज्वान

पुसा रे आली कुठून?

स्वरूपाचे तुटती तारे, कडाडकड विजवा पडतील तुटून

भले, भले, हलीव कांडक्या-"

ती सोवळी म्हातारी तमाशाच्या कनातीतील बोली बोलली. नेमक्या धाटणीने बोलली. पुन्हा एक हास्याचा कल्लोळ उसळला. सीमा ही होती की, त्या हसणाऱ्या मंडळींत तांबड्या आजीची नातवंडे भाग घेत होती. पांढऱ्या

केसांची विधवा मनुआत्या तोंडाला पदर लावून फिदीफिदी हसत होती.

म्हातारीने परत एक उसळी मारली. आपल्या लेकीचे नाव घेऊन ती ओरडली, ''मने, आपण दोघी मिळून एक बाबा ठेवू या. पांडवांची द्रौपदी आळीपाळीनं पाचांना भोग देत होती, आपण दोघी एकाला देऊ या...!''

पुन्हा एक हशाचा फवारा उडाला. म्हातारीचे अंग थोडे सैल पडल्यासारखे झाले. घसा बसल्यासारख्या स्वरात ती ओरडू लागली...

'घालिन लोटांगण वंदिन चरण
डोळ्याने पाहीन, रूप तुझे...'

पुन्हा तिने उसळी मारली. अनेकांनी तिला आवरण्याचा प्रयत्न केला. पुन्हा सुरू झाले :

'जाईचे लाविले झेले तुझ्या ग न्हाणाच्या मखरा'

पुन्हा हशा उसळला. मला ते म्हणणे ऐकवेना, ते दृश्य बघवेना. म्हातारीचे अंग परत सैल पडले. परत बसक्या आवाजात सुरू झाले...

'दामा जीपंताचे काढले दिवाळे
सुळी दिली बाळे... मारुतीची'

कुठला मारुती नि कुठली बाळे? त्या बडबडीला धागाच नव्हता. तांबड्या आजीचा अखेर बघणे मात्र अगदी अशक्य झाले. मनाचा दगड करून मी बाहेर पडलो.

मावशी दूर चांदण्यात जाऊन, लिंबाखाली उभी राहिली होती. गहिवरल्या आवाजात मी तिला विचारले, ''मावशी, काय ग हे?''

मावशी शांतपणाने म्हणाली : ''काही नाही रे बाळ. आत्मा कुडीशी भांडतोय. पिकलेल्या फळातनं खरं तर रस गळतो. शेवरीच्या फळातनं काय गळायचं? हा सारा कापूस उडतोय. कापूस!''

दृष्टी

ज्ञानू पवाराला, सारा गाव ज्ञानदेव वस्ताद म्हणून संबोधतो. वास्तविक, त्याच्या नावाशी जडलेल्या या गुरुत्वाच्या उपाधीला काही देखील धर नाही. उभ्या गावात आखाडा नावाची एकही संस्था नाही. तयारी धरलेले कुणी देखील तरुण पोरटे, सकाळी उठून विहिरी तळ्यांत पोहताना आढळत नाही. सांज वेळी, या कडेपासून त्या कडेपर्यंत गाव पालथा घातला तरी, जोरबैठकींचे घुमणे किंवा शड्डू ठोकण्याचे आवाज कानांवर येत नाहीत.

ज्ञानदेव वस्तादाची अंगलटही काही पैलवानासारखी दिसत नाही. तशी त्याची इमारत उंचीपुरी आणि चहूअंगी भरलेली आहे; पण म्हणून काही तो वस्ताद ठरत नाही. तो गावात सहसा येत नाही. त्याने कुणाला काही कधीच शिकवलेले नाही.

वस्ताद म्हणजे हुषार असा एक अर्थ गावबोलीच्या कोशात आहे; पण ज्ञानदेवाला हुशार तरी कोण म्हणेल. बापड्याला कशीबशी सही करता येते, आंगठा रुतवावा लागत नाही इतकेच.

त्याच्या आयुष्याचा पूर्वेतिहास मात्र रोमहर्षक आहे, यात शंका नाही. बाळपणीच तो आईवर कातवून रानभैरी झाला होता. समज येईपर्यंतची साले, त्याने अबूच्या पहाडावर, गोसाव्यांच्या जथ्यांत मिसळून वाटेला लावली होती. कळतेपणा आल्यावर सारा देश पायाखाली घालून, शेवटी त्याने मूर्तिजापूर गाठले होते. तिथल्या कापसाच्या गिरणीत चाकरी केली होती. जाणता सवरता झाल्यावर तो गावी परतला होता; तोवर त्याचा बाप मरून गेला होता. जहांबाज आईने गावात वाणसौद्याचे दुकान टाकले होते. धाकट्या लेकावर ध्यान ठेवून,

ती प्रपंचाचा गाडा ओढीत राहिली होती. तिने घर मोडून मांडव बांधला होता. जमीन विकून दुकानदारी धरली होती. वयाने नेटाक झालेला आणि बारा घाटांचे पाणी प्यायलेला ज्ञानू मायभूमीला माघारी आला. आल्या आल्या त्याने आईशी कलागत घेतली. तो आपली वाटणी मागू लागला. गावातल्या म्हाताऱ्याकोताऱ्यांनी त्याला समजावला. बारा वर्षांनी परतलेला पोरगा आईच्या प्रपंचात नांदू लागला. हरळीची मुळी मारू नये म्हणून घरी ठेवलेला बिघा त्याने पिकवावा, असे आईनं लाखदा विनवले; पण दुनिया बघून आलेला ज्ञानू तिला काही केल्या बधला नाही. शेतकामाची गोडी त्याला काही केल्या लागेना. मग आईने त्याला दुकानावर बसविला. शेजारच्या खेड्यातली एक शिणेची नवरी बघून त्याला उजवून टाकला. लगीन झाल्यावर तरी ज्ञानूने रस्त्यावर यावे की नाही. संसार सुरू करावा त्या वख्ती त्याला तालमीचा षौक सुचला. दुकानचे खारीक खोबरे त्याने स्वत:च फस्त केले. मालकीच्या बिघ्यात गळ्याइतका खड्डा उकरला आणि तो लाल मातीने भरून घेतला. आईचे मुळीच न ऐकता, त्याने तालीम सुरू केली. शेजारच्या वस्तीवरल्या चारदोन पोरांची बावकडे मोडून ठेवली. डोके फिरल्यासारखा तो जत्रा करीत हिंडू लागला. दुकानाचे दिवाळे निघाले. शेतकीला रूप आले नाही.

आई कोकल कोकल कोकलली. कुठे कुजका काटा पायात रुतला म्हणून नाव झाले, आणि ती बिचारी मरून गेली. अंगाची धनुकली होऊन, तिचे प्राण बाणासारखे निसटून गेले.

तिच्या मरणानेही ज्ञानूचे बूड स्थिरावले नाही. नवरा पैलवानकीच्या फंदात पडला. उठता बसता कडाकडा बोलणारी सासू मरून गेली. ज्ञानूच्या बाइलीला अवदसा का आठवू नये? तिने छिनालपणा सुरू केला. ती खबर ज्ञानूला समजली तेव्हा, त्याच्या डोक्यात भट्टी भडकली. संतापाच्या सपाट्यात त्याने, बायकोच्या नाकाचा शेंडा कापला आणि पेकटात लाथ मारून लुदभऱ्या कुत्र्यागत तिला दाराबाहेर हांकलून दिली.

आई बाप मरून जुने झाले. बायकोने अब्रूचे धिंडवडे मुलूखभर विखरले तेव्हा, त्याचा तोच ताळ्यावर आला. रानातल्या खोपटात राहू लागला. आपला बिघा आपण पिकवू लागला. घरात एक धाकटा भाऊ उरला होता, त्याची देखभाल करू लागला. ते पोरगे लहानपणापासूनच खोकतकरी होते. त्याच्या शिणेची पोरे त्याला 'खोक्या विठ्ठल'च म्हणत असत. शेतीच्या घामनिथळू कामांत

त्याचा काही उपयोग नव्हता. सारे कष्ट ज्ञानूलाच करावे लागत. तो संतापून जाई. चिडून जाई. डोळेभर पाहून घेतलेली बाहेरची दुनिया त्याला परत बोलावू लागे. त्या दुनियेतही आपल्यासारख्याचा गुजारा नाही, याचा पडताळा त्याने घेतलेला होता. शहरातले उंच उंच इमले, नखरेल पोषाख, आरशासारखे रस्ते, हे फक्त डोळ्यांसाठी असतात, पोटातल्या आगीला अन्नच लागते हे त्याला अनुभवाने पटलेले होते. मांजराचे डोळे म्हणे अंधारात आल्याने थोर होतात. ज्ञानूचे डोळे गावी आल्याने अधिक संकुचित झाले. वडिलार्जित एक बिघा जमीन आणि तिच्यावर उभे असलेले चार खणी खोपट यांच्या पलीकडचे जग त्याने पुसून टाकले. एक खोपट, एक बिघा, आणि एक भावंड एवढ्यावरच त्याने 'दृष्टी' एकवटली. तो तेवढेच पाहू लागला. तेवढ्यासाठीच जगू लागला.

आधी गाव निपाण्या. पाऊस पडला तरच कोंब भुईतून वर निघायचा. त्यांत ज्ञानूचा बिवा निव्वळ माळवट. बाजरी कडधानावाचून त्यात जित्राप उभे राहायचे नाही. बाकीच्याचे बी माळच गिळून टाकायचा.

जिवाच्या कराराने तो कामास लागला. रात्रंदिवस खूप लागला. त्या तसल्या माळवटात त्याने विहीर धरली. एकहाती खांदत करून सालाभरात त्याने शेषाच्या टाळूवर नेऊन कुदळ भिडवली. पाणी लागले. माळमोटेला तरी पैका कुठला? विहीर त्याने पाडली. मोटेचे कामही स्वत:च करू लागला.

आपल्या बिघ्याच्या कडेला त्याने कागदी लिंबाची रोपे लावली. खांद्यावरून माठ वाहून त्यांच्या बुडी पाणी घातले. रोपाची झाडे झाली. त्यांना फळे येऊ लागली. त्या फळांनी गावातली मोड ज्ञानूच्या हातांत आणली. तीनचार सालांत मालकीची माळमोट करण्याइतकी माया त्याने साठवली. इतके सारे होईतो, त्याला उगवता मावळता कळला नाही, ते बाकीची खबर काय लागणार? खोक्या विठ्ठलाच्या आबाळीला अंत राहिला नाही. त्याला क्षय झाला. चिपाडासारखे सत्त्वहीन होऊन ते पोर एके दिवशी मरून गेले. मग ज्ञानू एकटा उरला. फांद्या छाटलेले झाड आपण ठरविलेल्या दिशेने जोरकस वाढू लागावे तसे त्याचे शेतकीचे वेड वाढीला पडले. मग तो शेतीतच राबत राहिला. वेड्यासारखा राबत राहिला.

सहासात वर्षे गेली आणि ज्योतिबाच्या माळावर एक टुमदार बागाईत लखलखू लागले. ज्ञानूच्या बिघा दृष्ट लागावी असा पिकू लागला. संत्र्यामोसंब्यांची तिथल्या मानाने दुर्मीळ झाडे, गावगौरींनी पंचमीचा फेर धरावा

तशी त्या बिघ्यात आंदोळू लागली. जोंधळा, गहू, हरभरा, माळवी, नाना तऱ्हेची पिके ज्ञानू त्या भुईतून काढू लागला. या दीर्घ काळात तो कधी गावात आला नाही, देवळाच्या पायरीवरील गावगप्पांत सामील झाला नाही, की शिवेशेजारच्या पिराचा उरूस त्याने पाहिला नाही. बारा महिने, अठरा काळ तो जणू मातीशी खेळत राहिला. सूर्य-चंद्रांना न्याहाळू शकणारी दृष्टी त्याने एका कल्पित खिडकीशी डांबून ठेवली. त्या खिडकीतून दिसायचा त्याचा बिघा, त्याची शेती.

त्या शेतीतला प्रत्येक रोपा मात्र तो न्याहाळीत होता. समरंगाची कांती पांघरून, वाढत्या पानाला गिळू पाहणारी प्रत्येक आळी तो टिपून काढीत होता. नाहीशी करीत होता. किडीला खाजे दिसायच्या आधी, ती कीड ज्ञानूच्या नजरेला पडत होती. तो तिचा समूळ नायनाट करून टाकीत होता. प्रत्येक रोपटे निकोप राखीत होता.

उभ्या बिघ्यात त्याने तणाचे नाव उरू दिले नाही. हरळीची पात अंकुरू दिली नाही का नागरमोथ्याचा वास उमटू दिला नाही. त्या बिघ्यापुरती त्याची दृष्टी जणू सूक्ष्मदर्शी झाली होती. मुंगीचे मनोगत पाहणाऱ्या देवाचे डोळे त्याच्या कपाळी जडले होते. कुण्या फळावर कुण्या पाखराची चोच उमटली आहे हे देखील त्याला कळू लागले होते. त्या बिघ्यातला तसू तसू त्याच्या डोळ्यांसमोर अक्षय्य राहू लागला होता. पुढे पुढे झाले काय, चुकूनमाकून ज्योतिबाला जाणारे गावंढे भाविक त्याच्या फळांची चोरी करू लागले. कुंपणाच्या बाहेरून एखादे फळ पळवून अलगद नेऊ लागले. त्याने एक उपाय काढला. बिघ्याच्या कंगोऱ्याने, देवळाकडे जाणाऱ्या पायवाटेवर तो लटकीच भूतबोनी ठेवू लागला. कधी कुंकू माखलेले अर्धे लिंबू, तर कधी काकडा रोवलेली भाताची पत्रावळ. त्या देवस्कीच्या धाकाने त्याच्या रानाची चोरीही मग अजिबात टळली.

वयाने पस्तिशी ओलांडली तेव्हा एकदा कुणी दादाअप्पा ठिकाणा पुशीत पुशीत त्याच्या झोपडीशी आला. तो का आला असावा, याचे कारण ज्ञानूच्या एकाग्र दृष्टीला काही केल्या दिसेना. त्या माणसाने उगीचच पोथी लावली. आडवळणांनी येत येत त्याच्या डोळ्यांवर फुंकर घातली. दृष्टी रुंदावण्याचा खटाटोप केला.

तो म्हणाला, “वस्ताद.”

ज्ञानू बोलला, “काय?”

"गावात दाखवायला न्हाई अशी बागाईत हुभी केली तुमी?"

"बरं मग?"

"झोपडी साजरी बांदलीय."

"हं."

"मोकळी वाटतीया तरी जरा."

"कशानं?"

"कांकनांचा आवाज न्हाई आत!" तो दादाअप्पा स्वत:लाच चिमटा काढून हसावे तसा हसला. ज्ञानूच्या डोळ्यांत एक बाहेरचा कवडसा पडला. त्याला एक कारभारीण येताना दिसली. शेताच्या हिरव्या बांधावर एक तांबडे भडक लुगडे लचकत लचकत गेल्याचा भास झाला. वाढून ठेवलेली जेवणाची पितळी पुढे आल्यागत वाटले.

त्या दादाअप्पाची एक रंडकी लेक होती. नवरा हेंगसा निघाला म्हणून, बारा कोस वाट तुडवीत, ती माघारी माहेराला होती. तिच्या पारोशा अंगाला पुन: हळद लागावी असे त्याच्या मनांत होते, म्हणून त्याने जूनजरबट झालेल्या ज्ञानूला गळ घातली.

ज्ञानूला मागच्या सावल्या दिसल्या. रावणाच्या नकटीगत आरडाओरडा करीत गेली ती पहिली बाईल आठवली. आईच्या अमलातले जेवणखाण आठवले. पोटापाण्याचे सुख दिसले.

कुणाला विचारायचे नव्हते की, कुणाला पुसायचे नव्हते. बसल्या बैठकीला त्याने होकार भरून टाकला. कापलेली केळ पुन: फुटून, नव्या पानांनी सुशोभित व्हावी तशी त्याची जिंदगी पुन: सुशोभित झाली. हात, पाय, डोळे अखंड काम करीतच होते. आता तोंडालाही कामगिरी मिळाली. बोलायला कुणीतरी आले.

आपल्याच मनाशी बोलत राहणे, फोफावणाऱ्या रोपांशी लडिवाळपणाने कुजबुजणे, असल्या बोलण्यांचा वस्तादाला सराव होता. पिकावर उतरणाऱ्या पाखरांच्या अंगावर, गोफण धोंड्यागत फेकण्यासाठी काही शिव्याही त्याने सांभाळल्या होत्या. पण बाईलीशी कसे बोलावे ते तो साफ विसरला होता. प्रश्न विचारण्याचा मक्ता बायकोने घेतला तेव्हा उत्तरे देण्याचे काम त्याला हळूहळू साधू लागले.

"कारभारी," ती म्हणायची.

"हुं" तो बोलायचा.

"गारठा लई पडलाय न्हाई औंदा?"

"हरभरा कसा जोरकस यील बग या थंडीत." त्याला रानाचे वेड असायचे.

पितळी पुढ्यात घेऊन जेवायला बसले, तरी वस्तादाचे लक्ष बाहेरच्या पिकाकडे असायचे. रान दिसावे म्हणून जेवणासाठी देखील तो झोपडीच्या उंबऱ्यात बसायचा. कौतिकाच्या तहानेने बायको एखाद्या वेळी विचारायची, "कोरड्यास कसं झालंय्?"

"बेस!"

"डाळ वांगं हाय."

"तरीच."

"आं?"

"गेल्या साली निसती जुंदळ्यात मोगली हुती पर तूर काय तरारून आली. पीक बी मोप गावलं... दाना पन कसा मानकागत पडला हुता. आपल्या रानात इख पेरलं तर साखर हून उगवंल. वांग्याची फोड बग कशी लागतीया गुळाच्या सायवडीगत."

दिवसातील आठी प्रहर वस्तादाच्या मनी ते रानच डोलत राहिले. त्याला स्वप्ने पडत ती देखील सुगीची.

एकदा बायको जांभळेशार पायघोळ लुगडे नेसून, त्याचा घोळ साऱ्या हिरवळीतून लोळवीत, धांवत आल्यासारखीच वस्तादाजवळ आली. वस्ताद वाफे तोडीत होता. ती जवळ येऊन उभी राहिली. उगीचच खाकरली. वस्तादाने वर पाहिले. ती नुसती हलली. वाऱ्याने केळ हलावी तशी हलली.

वस्ताद बोलला 'साजरी दिसतेस.'

मग ती अशी मुरकली की नव्या नवरींनी तिच्या हाताखाली पाटीपेन्शल घेऊन बसावे.

शेतीवरचे लक्ष वस्तादाने टळू दिले नाही; पण नाही म्हटले तरी 'घरा'ने याला घेरलेच. बघता बघता शेतीसारखा संसारही वाढला. ज्ञानूला दोन पोरे बाळे झाली. त्यांना शाळा दाखविण्याच्या निमित्ताने त्याला गावात यावे लागले. गावाशी संबंध ठेवणे भाग पडले. तसे त्याला गावातले काही माहीत नाही; पण गावकऱ्यांना त्याची ही कथा माहीत आहे. त्याच्या या कथेतील कुठल्या संदर्भाने गावकरी त्याला वस्ताद म्हणतात राम जाणे; पण त्याचे नाव बरिक पडले आहे 'ज्ञानदेव वस्ताद.' आता वस्तादाच्या वयाने पन्नाशी उलटवली आहे.

रानातल्या रानात रुटुखुटू करण्याइतके त्याचे एक पोर जाणते झाले आहे. अलीकडे अलीकडे वस्ताद गावाकडे येऊ लागला आहे.

गावातली भांडणे, फळ्या, दुफळ्या, पंचायतीच्या निवडणुका यांत त्याला काही रस नाही. पाडवा, दसरा, संक्रांत, बेंदूर या सणांना मात्र आवर्जून गावात येत असतो.

त्याच्या दृष्टीच्या परिसरात त्याचा बिघा आणि त्याचे घरकुल यांपलीकडचे काही आजकाल येऊ लागले आहे. अर्थात त्यांतील कुठल्याही घटना गोष्टीवर त्याचे डोळे स्थिरावत नाहीत. त्याच्या दृष्टीची वावडी तरंगत राहते ती सड्याबरोबर परतण्यासाठी. दोरी तोडून टाकण्याइतके बळ ती कधीच करीत नाही. तिला बांधलेला धागा पक्का आहे. ओढ ताकदीची आहे.

नुकती, गेल्या सालचीच गोष्ट म्हणा ना. आभाळाच्या निळ्या बागेतले सूर्यकमळ गळायच्या घाईला आले होते. निवल्या उन्हांना उडवून लावण्यासाठी वारा उगीचच फुंकरा मारीत होता. पुसाचा महिना असल्यामुळे थंडीची पावले येरवाळीच वाजू लागली होती. बिघ्याच्या बांधावर, ज्ञानादेव वस्ताद एकटाच राहिला होता. त्याची दृष्टी, वाळून पांढुरक्या झालेल्या ज्वारीच्या धाटांवर भिरभिरत होती. औंदा एकेक कणीस केळीच्या कोक्यासारखे भरघोस पडले होते. येती सुगी सोनेच घेऊन येणार होती. उद्या परवा एवढ्यांत कापणीला हात घालणे भागच होते. वस्ताद उगीचच उठला. दिवस आहे तंवर साऱ्या रानाला एक फेरा घालून यावे, असे त्याने ठरविले. तो चालू लागणार एवढ्यात कारभारणीचा साद आला.

“कारभारी हयऽऽऽ”

“काय ग?” त्याने तितक्याच मोठ्यांदा आवाज दिला. किनऱ्या आवाजात कारभारीण दुरूनच बोलली, “गावाकडं जाया होवं?”

“कशाला?”

“प्वार म्हागारी आल्यालं न्हाई...!”

“साळंतनं?’

“न्हवंऽ!”

“मंग?”

“शिकारीला गेलंय् गावातल्या पोरासंगती. लोटंवाडीच्या कुरनात!”

“जाईनहऽ मगच्यानंऽ!”

“तेंच म्हनलं. गावात वाजाय लागलंय. शिकार आली जनू. त्ये ततंच बसंल. रातचं वस्तीकडं याला भ्या वाटतं तेला!”

नवरा-बायकोचा हा संवाद साऱ्या माळरानभर घुमला. बिघ्याभंवतीचा फेरा रहित करून, एकदम गावाकडेच जावे असे वस्तादाने ठरवले. धावेवरची घोंगडी त्याने खोळीसाठी उचलून खांदाडीवर टाकली आणि वहाणा वाजवीत तो गावाकडे निघाला.

गाववेशीवर भांडणाला तोंड पडले होते. गावातली पोरे म्हणत होती, शिकार आम्ही केली. रामुसवाड्यातली पोरे म्हणत होती, आम्ही केली. मेलेली हरणी, काठीला पाय अडकवून आणली होती गावच्या मांगांनी. ती शिजवावी कुणाकडं यात वांदा पडला होता. वाटा मिळणार होता साऱ्याच शिकाऱ्यांना; पण वाद होता तो शिकारीच्या मालकीबद्दल.

“ठिवा रामुसवाड्यांत” एक नेटका रामोशी मांगांना म्हणाला. तसा पाटलाचा नानासाहेब चवताळला.

“का म्हणून?”

“शिकारी आमची हाय न्.”

“कोण म्हनतं?”

“मीच त गोळी घातली.”

“अन् आमची काडतुसं काय चिमन्या खाऊन गेल्या? बोलतुस ते. ए मांगांनु, घ्या वाड्याकडं...”

हरणीचे मढे, आडव्या काठीवरून पाटीलवाड्याकडे निघाले, तशी रामोश्यांची पोरे झटक्याने आडवी झाली. वस्तादाच्या परल्याने एका रामोश्याच्या पोराला वाटेतून दूर हटवला. ते पोर बिथरले. मांजरागत फिस्कारून वस्तादाच्या लेकावर झेपावले.

“ए, हात लावू नग!” परल्या ओरडला.

“का?”

रामोश्याच्या पोराने दटावले. परल्याने हात उगारला. 'आत्तांच्या' म्हणत ते रामोशी आणखी पुढे आले. पुढे येऊन त्याने परल्याच्या छाटणीचा गळाच धरला. परल्याने त्याच्या एक कानशिलात गवसून हाणली. दोघांची चांगलीच झोंबी लागली. नेमक्या याच वेळी वस्ताद त्या ठिकाणावर येऊन पोचला.

“अरे कोन भांडतंय!” वस्ताद ओरडला.

“तुमचाच लेक” कुणीतरी म्हणाले. शेती आणि घर यांविषयी भलती कळकळ असलेला ज्ञानदेव सरसरत पुढे आला. त्या भांडणाऱ्या पोरांच्या मधी पडला. ती दोघं एकमेकांवर सटकून तावी जात होती. एकमेकांच्या आई-बहिणींचा उद्धार करत होती. खोडांची झुंज सोडवावी इतक्या बळाने, वस्तादाने त्या पोरांना एकमेकांपासून बाजूला केले. आपल्या लेकाला घेऊन, तो वस्तीच्या बाजूने वळणार इतक्यात त्या पिसाळलेल्या रामोश्याच्या पोराने, पायातील वहाण काढून परल्याच्या दिशेने सणाणून फेकली.

“मेलं!” असं कुणी विघ्नसंतोषी थोबाड ओरडलं; आणि वस्तादानं वळून पाहिलं. वहाण नेमकी त्याच्या डोळ्यावर सडकली. त्या वहाणेच्या नालाने त्याच्या डोळ्याचे भिंग फुटले. वस्ताद मटकन खाली बसला. डोळ्यातून भळभळा रक्त वाहू लागले. रामोशी आणि गावकऱ्यांचे भांडण तिथल्या तिथेच राहिले. जमलेल्या साऱ्याच जणांनी तिथून काढता पाय घेतला. बघता बघता सारी वेस मोकळी झाली. गावापासून दूर राहणाऱ्या वस्तादाची चौकशी करण्यासाठी कुणी देखील फिरकले नाही. परल्या बावरून गेला. वस्ताद काही बोलला नाही. फुटलेल्या डोळ्यावर, पटक्याचा शेव हाताने दाबून धरून तो पोराला म्हणाला, “चल. भोग असेल त्यो भोगला पायजे.”

तशीच चालत चालत ती दोघे वस्तीवर आली. घडलेला मजकूर लेकानं आईला सांगितला. छातीतला धबका छातीत कोंडत ती म्हणाली, “मग गाडी जोड मेल्या. त्यास्नी तालुक्याला घेऊन जा.”

“बैल मारत्यात” परल्या चाचरला.

“मारत्यात तर मर मेल्या. काय भरू तरी डोळ्यात!” तिचा जीव थोडा थोडा झाला.

वस्ताद शांतपणे म्हणाला, “कारभारनी, डोळ्यांचं कौतिक कसलं करतीस? जोंधळा काढनीला आलाय्.”

“अव पन दिष्टी? डोळा?”

“डोळ्यातलं पानी पिऊन भूक मरती का? डोळा हुईल बरा. जुंदळा काडणीला आलाय. दवाखान्यात निसतं जाऊन न्हाई भागायचं मला. ततं काय गेल्या गेल्या डोळा बरा हुनार हाय? म्हैनाभर पडावं लागल ततल्या बाजंवर. काडनी कोन करील?”

“प-प-प-” कारभारणीला उत्तर गावले नाही.

''पोरास्नी कायी येत न्हाई. तुला निभायचं न्हाई. माजं मला केलं पायजे,'' वस्ताद निश्चयाने बोलला.

तो तसला भयंकर दुखरा डोळा घेऊन त्या एककल्ली माणसाने, साऱ्या जोंधळ्याची काढणी केली. मळणी केली. रास मापली. तीन आठवड्यांनी स्वत: गाडी हाकारीत तो तालुक्याच्या गावी गेला. डॉक्टरांना म्हणाला, ''एवढा डोळा बघा.''

डॉक्टरांनी डोळा पाहिला आणि सांगितले, ''आता पूर्ण निकामी झाला आहे डोळा. अपघात झाल्याबरोबर आला असतास तर–''

''जुंदळा काडनीला आलावता डाक्तर...!''

''आता डोळा गेला तो!''

''गेला तं गेला. एक धड हाय न्हवं?''

''तेवढा घेऊन राबत राहणार?''

''मग काय करू तर? पोरंबाळं अजून कर्तुकीला आली न्हाईत. आपल्याला कुनाची मदत न्हाई.''

''गावात तर सहकाराची चळवळ चाललीय तुमच्या.''

''आपून न्हाई गावकऱ्यांत जात.''

''का?''

''तेंची दिष्टी असतीया उन्यावर. मागं कायबाय चुक्या झाल्यात आमच्या हातानं, त्याच उगाळीत बसत्यात. कशाला तेंच्यात–''

''अरे पण आता सारा गाव हाच एखाद्या कुटुंबासारखा नांदावा असं चाललंय.''

''तुमची दिष्टी लई लांबवर गेलीया डाक्तर!''

''आणि तुझी?''

''आमची? आमच्या दिष्टीफुडं आपलं रान, आपली बायका–पोरं.''

''शेतकीसाठी, बायकापोरांसाठी राबराब राबतोस तू. स्वत:चा डोळा गेला तरी पर्वा नाही तुला. उद्या मेलास म्हणजे कोण बघेल शेती? कोण सांभाळील मुलालेकरांना?''

''ते डोळे आपल्याला नसत्यात डाक्तर! एवढ्या दूरचं बघतो कोण?''

आपण मोठा बिनतोड जबाब दिला अशा कल्पनेनं वस्ताद स्वत:शीच हसला आणि म्हणाला, ''बरंय, राम राम, येतो डाक्तर!''

"तुला आणखी कसं काही झालं नाही ज्ञानू. एखाद्यानं अंथरूण धरलं असतं. एका दुखण्यातून अनेक दुखणी झाली असती; सालभर अंथरुणाला खिळला असतास–"

"तसं न्हाई बा झालं काई–" वस्ताद प्रसन्नपणे म्हणाला.

"आश्चर्य आहे!" डॉक्टर उद्गारले.

डॉक्टरांच्या खोलीतून निघून जाता जाता वस्ताद त्यांना म्हणाला, "डाक्तर, म्हंजे तुमालाबी पुरतं दिसत न्हाई म्हणा की."

त्याच्या त्या शेऱ्याचा अर्थ डॉक्टरांना कळला नाही.

एक डोळा गमावून बसलेला ज्ञानदेव वस्ताद अजून थकलेला नाही. त्याची राबणूक चालू आहे. गावातल्या कटकटींत तो कधीच पडत नाही. गावकरी त्याला ज्ञानदेव वस्ताद म्हणत होते. आता त्याला दुसरे नाव पडू पाहते आहे, 'ज्ञानदेव सुखाचारी.'

सुखाचारी म्हणजे शुक्राचार्य. एकाक्ष.

ज्ञानदेवाला त्याचेही काही नाही. त्याची दृष्टी त्याच बिघ्यावर खिळली आहे. त्याच संसाराची निगराणी करते आहे.

कहाणी गट्टसोड्यांची

गण्या दाम्या गट्टसोडी. या माणसाला गाव नाही; पण नाव आहे. घर नाही; पण घराणे आहे. त्याच्या पूर्वजांविषयीच्या कैक कथा आमच्या भागात प्रचलित आहेत. सांगणारे सांगतात. ऐकणारे ऐकतात.

गण्याच्या घराण्यात, पूर्वी कुणी भिम्या झाला. पीनल कोडातला एकही गुन्हा, त्याने करता सोडला नाही. चोरी-दरवड्यात तर पहिला नंबर. त्याच्यापेक्षा वाढ माणूस त्याच्या काळी मुळीच नव्हता. तो भर दिवसा दरवडे घालायचा. सांगून सवरून खून करायचा. पोलिसांनी पाठलागच केला तर, पळता पळता मारायचा. पायांच्या बोटांनी धोंडे उचलायचा. मागच्या लोकांवर भडिमार करायचा.

त्यानं रयतेचा उच्छाद मांडला. माळटोकीच्या राजानं केलं काय? दवंडी पिटवून जाहीर केलं. भिम्यानं येऊन राजाला भेटावं. सरकार त्याचा सन्मान करील. ही दवंडी भिम्यापर्यंत गेली. एकटा भिम्या, एका रात्री सरकाराच्या शेजघरात जाऊन उभा राहिला. सरकार दचकून जागे झाले. घाबरलेल्या राणीसाहेबांनी थरथरत उठून, दिव्याची वात थोर केली. भिम्या ताडमाड उभा राहिलेला पाहून, राजा राणी पत्त्यांतली पानं पडल्यागत, एकमेकांच्या अंगावर पडली. भिम्या विजेच्या गडगडाटासारखा हसला.

भिम्या म्हणाला, "सरकार, सरकार घाबरू नका. मी आलोय रिकाम्या हातांनी. कुनाच्या केसाला शिवनार न्हाई. आपुन बलावलं. हजर झालोय." मग राजाला धीर आला. तो थोडका उठून बसला. राणी मात्र निसटली. तिने

राजवाडा जागा केला. शिपाई-प्यादे जमा झाले. बाहेरच्या बाजूला उभे राहिले. भिम्या आणि राजा. बोलाचाली सुरू झाली.

''भिम्यारे भिम्या,'' राजा म्हणाला.

''जी, जी, जी,'' भिम्या बोलला.

''तू तर डाळ नासली आहेस. माझी प्रजा नाडली आहेस.''

''नाही सरकार. मी पोटाचा उद्योग करतो.''

राजाला फार हसू आलं. तो म्हणाला, ''भिम्या, तू सगळ्यांच्या घरी चोऱ्या करतोस. एकदा चोरी माझी कर.''

''म्हन्जे काय व्हईल?''

''तुझं कसब मी डोळ्यांनी पाहीन.''

''चाळशी लावून बघा सरकार!''

''करशील चोरी?''

''करंन करंन, पायाच्या पुन्याईनं येस घीन.''

''ठरलं?''

''ठरलं.''

''केव्हा करशील?''

''सांगाल तवा.''

राजानं थोडका विचार केला. मग तो भिम्याला म्हणाला, ''हे बघ, आज श्रावणातली प्रतिपदा आहे. एक महिन्याची मुदत तुला. भादव्यातली प्रतिपदा यायच्या आत, तुला चोरी केली पाहिजे.''

''केली.''

''नाही केलीस तर?''

''फासावर चढविन्याचं काय कारन न्हाई. माझा मीच मरून जाईन. पायाशपथ सांगतो सरकार, आपल्या दोन डोळ्यांहुजीर मी जर चोरी केली न्हाई तर रस्त्यावर जुगतील ती कुत्री मी काय बगनार न्हाई.''

''म्हणजे?''

''म्हंजे असं. भादव्याच्या महिन्यात, मी काय जिता राहनार न्हाई!''

''बरोबर.''

''पन सरकार...!''

''बोल भिम्या.''

"ठरल्यापरमानं, मी जर चोरी केली तर..."

"तर, तुला काय द्यायचं? आमचं आम्ही पाहू ते. आमच्यावरती विश्वास ठेव."

"जी हुकूम."

भिम्या जायला निघाला, राजाची राणी, शब्द सोडलेल्या धड्यासारखे काहीतरी बोलली. भिम्याला काही बोध होईना. राजानं त्याला समजावून सांगितल. "राणीसाहेब म्हणताहेत, आला आहेस; थोडा राहा. राजाच्या ताटाला जेवण कर; उद्या तिसऱ्या प्रहरी निघून जा."

"तसं करता येत न्हाई," भिम्या बोलला.

"का?" राजाने विचारले.

"एकडाव कुनाचं मीठ पोटात गेलं, त्याच्यासंगं बेइमानी करूच ने."

"तू बेइमानी करणार! आणि तीही राजाशी?"

"आपुनच तर हुकूम केलाय. आपली चोरी करन्याचा. मी तर हाय दरोडेखोर. बाळपनापून डाकं घालतोय. या तटबंदीच्या आत आलो नव्हतो. आलोवतो का? आपुन सांगा."

"नाही."

"मग, खातोय ते मी राजाचं खातोय. खाल्ल्याजागी वंगाळ काम, मानसानं तरी करूच ने."

"शाबास."

"मग आता रजा मला?"

"परत केव्हा इकडं येशील!"

"सरावन म्हैन्यांत कवाबी–"

राजाला एक मुजरा ठोकून, भिम्या चढला भिंतीवर, त्यानं खुंटी पकडली. तो खुंटीच्या वर चढला. वरच्या तुळईला लोंबकाळला. वर एक सहाणे होते, त्यातून पार पसार झाला. एवढं अगडबंब त्याचं अंग, त्यानं सहाण्यातून बाहेर काढलं. राजा पुन्हा खाली कोसळला. राणी त्यांच्या अंगावर कोसळली. हुकमाची राणी असल्यासारखी, बराच वेळ पडून राहिली. राजाने हालचाल केली नाही.

श्रावण महिना सुरू झाला. पावसाच्या सरींना आरंभ झाला. राजानं रयतेची सभा बोलावली. कामदार मानकरी चट्ट बोलावले. सर्वांना गर्जून सांगितले,

“भिम्या गट्टसोड्याला खोडा घातला आहे. ही माणसं शब्दाची पक्की. श्रावण संपेतोपर्यंत तो माझी चोरी करू शकला नाही, तर त्याचा तोच मोर्चुद खाईल. कुपाकाट्यांत मरून पडेल. राज्यावरचं संकट पुरतं टळेल. त्याच्या हातून ती चोरी पार पडू नये, याच्यासाठी झटलं पाहिजे. सारा महिना जागवला पाहिजे. डोळ्यांत तेल घालून. त्याची शपथ तोडली पाहिजे.” राजा बोलला. दळ हलले. सरकारी शिपाई सशस्त्र झाले. अहोरात्र हिंडू लागले. वाड्याच्या तर, दालनादालनात, शंभर शंभराचा पहारा बसला. नगरीतल्या जाणत्यांनी कुऱ्हाडी शेवटल्या. कुऱ्हाडी खांद्यावर टाकून, ते रस्त्यावर फिरूं लागले. मुंगी गावात शिरली तरी, वेशीवेशीतून आरोळी व्हावी, असा पक्का बंदोबस्त झाला. गाव भिम्याची वाट पाही. राजा भिम्याची वाट पाही.

बीज गेली. तीज गेली. नागपंचमी नाचत आली. तरण्या पोरी फेर नाचल्या. पोरींसारख्या सरी नाचल्या. दिवसापाठीमागे दिवस जात राहिले. भिम्या काही आला नाही. तीन सोमवार आले गेले. तीनदा वाड्यात कीर्तन झाले. टाळमृदुंग घुमत राहिले. भिम्याची वाट बघत राहिले. कुणी देखील आले नाही.

कृष्णजन्माची अष्टमी आली. टोलेजंग उत्सव झाला. रात्री भर बारा वाजता, गावाने सुंठवडा खाल्ला. गोपाळ-कृष्णाचा जयजयकार केला. भिम्या गट्टसोडी आला नाही. सारा गाव जागा होता. कोपऱ्याकोपऱ्यात माणसे होती. वाड्याच्या आसपास फिरेल कोण? हत्याऱ्यांचीही हिंमत नव्हती. अवसेचा दिवस उजाडला. राजा मनात आनंदला. त्याला वाटलं जिंकली आपण. आता भिम्या येत नाही. परभारा तो नरकात जाणार.

अवसेच्या सावळ्या संध्याकाळी राजा गच्चीवर उभा होता. गावची शोभा पाहत होता. सारा गाव सावध होता. हत्यारबंद हिंडत होता. घोडेस्वार हिंडत होते. भाला-बरची नाचवीत होते. राजाची दृष्टी नदीकडे वळली. धुवाधार पाऊस पिऊन नदी दुथडी वाहत होती. राजाला वाटलं, आजची संध्या नदीकाठी करावी. त्याने कारभाऱ्याला बोलाविले. मनीचा इरादा सांगितला. राजा सोवळे नेसला. कारकुनांनी उपकरणी बरोबर घेतली. पाचपन्नास सशस्त्र शिपाई बरोबर घेऊन, राजा नदीच्या काठी गेला.

ओल्याओल्या वाळवंटात, वाहत्या गरजत्या ओघापाशी, राजाचा पाट मांडला गेला. डाव्या बाजूस चांदीचा गडवा, पळी, फुलपात्रे ठेवले गेले. समोर रुप्याचे ताम्हण आले. सूर्य धारेवर पोचला होता. राजाच्या भोवती शिपाईप्यादे

उभे होते. अर्धवर्तुळ साधले होते. कुणीकडूनही, कुणी देखील; तिथे येण्याचा संभव नव्हता. कुणी येते आहे का, पाहण्यासाठी सारे शिपाई सज्ज होते. पाठ फिरवून उभे होते. नदी धो धो वाहत होती. लाल मातकट पाण्यावरती, लाखो लाटा उसळत होत्या. पांढरा फेस तरंगत होता. राजाने झकास संध्या केली. सूर्याला अर्घ्य द्यावी म्हणून, नंतर राजा उभा राहिला. तेवढ्यात गंमत झाली काय? नदीच्या पाण्यातून एक मुंडकं वर निघालं. एक हात पुढे आला. राजाचे ताम्हण पळविले गेले. गडवा गेला, भांडे गेले. चांदीचे सामान पसार झाले. राजा खाली बघेतोपर्यंत, तो हात व मुंडके नदीत बुडले. पाण्यात पार दिसेनासे झाले.

"अरे ताम्हण; अरे गडवा?" राजा खूप ओरडला. सारे शिपाई धावले. काय झाले कळेना. दुरून हसणे ऐकू आले. साऱ्या नजरा तिकडे वळल्या.

नुसता लंगोट नेसलेला, काळाकभिन्न गट्टसोडी, वाळवंटातून वर आला. हातांतली चांदीची भांडी नाचवीत नाचवीत तो मोठ्यांदा ओरडला, "सरकार भिम्यानं चोरी केली, राजाच्या पुढ्यातनं भांडी पळविली."

सगळ्या शिपायांनी माना खाली घातल्या. भिम्या राजाच्या पाया पडला. सोवळ्यात असलेल्या सरकारने भिम्याच्या पाठीवर हात ठेवला. तो म्हणाला, "शाब्बास, भिम्या, तू जातीचा चोर आहेस. बोल, तुला मी काय देऊ!"

"सरकार मला काही नग, खातोय ते आपलंच हाय!" राजा थोडावेळ गप्प झाला. नंतर बोलला, "भिम्या माझं एक ऐक. चोऱ्यादरवडे सोडून दे. गरिबांना नाडू नकोस."

"मी गरिबांना लुबाडीत न्हाई. तालेवरांस्नी लुटतो, नाडतो."

"आता तेही करू नकोस."

"तर मग सरकार, काय करू?"

"मी फर्मान काढतो, या राज्यातल्या श्रीमंतांनी तुला बांधला पैसा द्यावा. सरकारातनं सव्वाशे मिळतील. तू राज्याचा मानकरी–"

राजाने पुढे दरबार भरवला. भिम्याचा मोठा सन्मान केला. त्याला जरतारी फेटा बांधला. पागेचा घोडा, सोन्याचा तोडा, आंदण दिला. शेटिये भाटिये साऱ्यांकडून वचनचिठ्या लिहवून दिल्या. भिम्याने चोरी सोडली. राजा आणि रयत त्याला मानानं पोसू लागली. एकामागे तीन पिढ्या हा 'मोकासा' चालू राहिला.

गण्या गट्टसोडी. भिम्याच्या कुळीतला चौथा पुरुष. गण्या नेणत्याचा जाणता झाला. तेव्हा अघटित काय झालं. देशातली संस्थानं बुडून गेली. राज्य लोकांच्या हाती आलं. त्याचा परिणाम काय झाला? गण्याच्या घराण्याचा मान, मातीला मिळाला. राजाकडची रसद बंद पडली. शेटिये भाटिये अंगणात उभा राहू देईनात. गण्यानं अर्ज लिहिला. मुंबई सरकारकडे रवाना केला. माळटोकीच्या महालकऱ्यांनी त्याला बोलावून घेतले. हातावर हात धरला नाही. मायेचा हात, पाठीवर ठेवला. महालकरी बोलला,

''गणू, गणू, इथनं तिथनं, सारी सारखी. एकाचा काच दुसऱ्याला होऊ नये. इनाम मोकासा, नव्या राज्यात उरायचा नाही. आयत्याची हाव धरू नको. सरकार तुला भुई देईल. काळी आई पिकवून खा.'' गण्यानं मान डोलवली. सरकारी एकर ताब्यात घेतला. एकराच्या कोपऱ्यावर खोप बांधली. त्यात बिचारा राहू लागला.

नंदीवाल्याची लेक सांगून आली. गण्याचं तिचं लगीन झालं. दिवस गेले. मास गेले. दोन तोंडं होती, पाच झाली. गण्या बापडा राबत होता. ढेकूळ ढेकूळ फोडीत होता. काळी आई नांगरीत होता. नांगर कुळव जोडीत होता. चाड्यावर मूठ सोडीत होता. पोटापुरते पीक काढीत होता. 'उलथा पसा, पालथा पसा. दळिद्र्या, तुझा संसार कसा?' गणू आपणांशी बोलत होता. औक्षाची वाट चालत होता.

एका दुपारी काय झालं. गणू बसला गडग्यावर. अवतीभवती कुणी नव्हतं. माणूस नव्हतं. काणूस नव्हतं. काव म्हटल्या, कावळा नव्हता. चिव म्हटल्या, चिमणी नव्हती. रखरखणाऱ्या एकांतात, मनाचे डोळे उघडे झाले. गणूच्या डोळ्यांना भिम्या दिसला. गणूला पाहून तो खदखद हसला. गणूची त्याने रेवडी उडवली.

भिम्या म्हणाला, ''गणू गणू, तुला माझा कसा म्हणू? शेतकीचा धंदा सोडून दे. खांद्यावरती कुऱ्हाड घे. चार दरवडे घालीत जा. खांदाडीभर पैका आणीत जा. माझा मान तू कमव. पैसेवाल्यांना पुन्हा दमव.''

गणूला ते पटलं. त्यानं धंदा सुरू केला. खिशापासून गळ्यापर्यंत, गणू चराचर कापत सुटला. त्याचा तवा तापू लागला. बायको पोळ्या भाजू लागली. रोज दिवाळी होऊ लागली.

होता होता झालं काय! पळता पळता गुंतला पाय. गण्याला पोलिसांनी

पकडलं. मणमण बेड्यांनी जखडलं. पोलिसांनी खोप धुऊन नेली. गाठची पुंजी सरून गेली. चार तोंडे खाणारी. गण्याची बायको करील काय? पदरी होता एक एकर. तो कुणी नांगरीना. आता पीक यायचं कसं? गण्याच्या पोरांचं व्हायचं कसं?

एका सकाळी बाईल उठली. तुरुंगात जाऊन गण्याला भेटली.

बाईल म्हणाली, ''पोरांच्या बापा, आता जिणं जगवत नाही. पुढचं भाकीत सांगवत नाही. चैत गेला. वैशाख गेला. जमीन कुणी नांगरत नाही. जमिनीत पीक काढू कशी? पोराठोरांना वाढू कशी? वडिलांचा धडा गिरवलास. बेड्या घालून मिरवलास. तुझा तूच फसलास. गजांच्या आड बसलास. बापजाद्यांचं नाव वाढलं कुठं?''

गणू म्हणाला, ''पोरांचे आई, असं काही होणार नाही. बापजादे अनपढ होते. आम्ही कागद वाचतो, लिहितो. बघत राहा, ध्यानी येईल.''

''वाचण्यालिहिण्यानं होणार काय?'' बाईल बिचारी फणफणत आली. फणफण करीत माघारी गेली. वर्तमानपत्रं छापत होती. गण्याच्या वार्ता छापत होती. ''सोन्याच्या लगडी, गण्यानं चोरल्या. कुठं कोण जाणे मातीत पुरल्या.'' छाप्यातल्या वार्तांनी पोलीस चिडले. गण्याच्या अंगावर तुटून पडले.

गण्यानं मार खा खा खाल्ला. घरच्या बाईलीला कागद लिहिला. लिहिला कागद तपासाला आला. तपासणारा साहेब लाल झाला.

कागदात असं होतं काय?

''लेकरांच्या मावली, धुंडून काढ. रानात आहे वडाचं झाड. झाडाची सावली सरते तिथं. सोनं गावंल अर्धं पोतं. सात हात खाली खण. सापडलं तरी नाहीच म्हण. खाली धरती वर आभाळ. तुझी लेकरं तूच सांभाळ!''

कागद बाईलीला पोचला नाही. तिने काही वाचला नाही. ती बिचारी चिंतेत होती. तिची बुडाली होती शेती. नांगरणीवाचून पेरा कुठला? तिचा पुरता धीर सुटला. होतं त्यात आणखी वाढ. पोलिसांची आली धाड.

पोलीस लोकांनी काय केलं. वडाचं झाड शोधून काढलं. त्याच्या फांद्या लांब गेल्या. एकरभर पडती सावल्या. पोलीस म्हणती खूण पकडा. लपलं सोनं शोधून काढा. पोलीस बसले माती उपसत. सावली गेली आकसत आकसत. सावलीमागं पोलीस धावले, उखडून उखडून पुरते भागले. त्यांची मेहनत वाया गेली. जमीन सारी खांदून झाली. चकवा चकवा म्हणत म्हणत, पोलीस गेले

तणतणत.

दुसऱ्या दिवशी बाईल उठली. तुरुंगात जाऊन गण्याला भेटली. गण्या म्हणाला, ''छान झालं. सारं रान नांगरून गेलं. आता बघून वाफसा. जोंधळा पेर पसापसा. एक साल ठीक जाईल. तंवर माझी सुटका होईल.''

मागची पिढी अडाणी. आजची पिढी शहाणी. शिक्षणानं काय केलं. चोरांनाही चातुर्य आलं.

चालणारी गोष्ट

त्या रात्री मला झोप कशी ती लागलीच नाही. मधून मधून डुलकी लागत होती. माझा मीच दचकून जागा होत होतो. हातापायांच्या हालचाली थांबत होत्या; पण मस्तकातील चक्र फिरतेच राहत होते. माझे वागणे बरोबर झाले होते की ते पूर्णतया चुकले होते हे माझे मलाच उमगत नव्हते. नाही म्हटले तरी, त्या कामाचे पंधरावीस सहस्र रुपये मिळाले असते. एवढी मोठी रक्कम मी हरवून बसलो होतो. नसत्या अभिमानाच्या आहारी गेल्याने, माझी मी हानी करून घेतली होती. त्या दाक्षिणात्य निर्मात्याला, त्याच्या चित्रपटासाठी, चालणारी गोष्ट हवी होती. त्या चालणाऱ्या गोष्टीची चक्रे त्याने सिद्ध ठेवलेली होती. रथाचा सांगाडा तेवढा मी जोडून द्यायचा होता. माझा सांगाडा त्याला मान्य होता; पण तो सांगाडा त्या जुनाट चाकांशी जोडून देण्याची माझी सिद्धता   नव्हती. ती चाके वेगळ्या पद्धतीची होती. माझा सांगाडा वेगळ्या जातीचा होता. माझ्या सांगाड्याला साजेशी चक्रे मीच निर्माण करून देईन, हा माझा हट्ट होता. गोष्ट चालायची असेल तर तिला तीच चक्रे लावली पाहिजेत, असा त्याचा ठाम निश्चय होता. प्रथम प्रथम मऊपणाने चाललेली त्याची –माझी बोलाचाली शेवटी अगदी वातड झाली. कधी त्याच्या बाजूने ताण बसला, कधी माझ्या बाजूने ओढ घेतली. बोलणे फार ताणले गेले. शेवटी तुटले. तो बापडा आला तसा निघून गेला. माझ्या मनाचे उजू-तवाजू एकसारखे होत राहिले. एक गोष्ट, व्यवसाय म्हणून पत्करल्यावर तिची देवाणघेवाण आत्मलाभावर दृष्टी ठेवून केली पाहिजे, असे एकामनी मला वाटत होते, एकामनी विचार येत होते की धनलाभासाठी काय

काय म्हणून सोडायचे! विसंगत दिसणाऱ्या वस्तूंची एकसंधता मुकाट्याने का मान्य करायची? तेल व पाणी अगदी एकरूप झाले असल्याचा निर्वाळा कशासाठी द्यायचा? किंमत येते आहे म्हणून काय काय विकायचे?

अनेकदा विचार करूनही त्या निर्मात्यांचे म्हणणे मला पटले नव्हते. माझ्यातल्या लेखकाची सरशी झाली होती. प्रापंचिक आसामी हरला होता.

त्या दोघांची बाचाबाची माझ्या अंतर्मनात अखंड होत राहिली. पापणीला पापणी पुन: पुन्हा लागली; पण झोप कांही उपजली नाही. उपजली तरी राहिली नाही. आलोचन जाग्रण घडले.

चिडलेल्या थकव्याने पापण्यांचे पडदे दूर सारले. कोवळा उजेड डोळ्यांवर शिंपडला गेला. सकाळ झाली असल्याचे जाणवले. मी नेटाने उठलो. चूळ भरून येऊन बाहेरच्या व्हरांड्यात आलो. सकाळ कशी प्रसन्न वाटली. निसर्गाच्या राज्यात कसलीच तडजोड नव्हती. शरदातील प्रभात, शरदातल्या प्रभातीसारखीच होती. धुक्याचा पडदा हळूहळू हटत होता. सोनमुखी सकाळ प्रकाशाचे संगीत आळवीत होती. तिचा स्वर अचूक लागला होता. प्रसन्नपणाने बहरलेल्या वेलींवर विविधरंगी फुले आंदोळत होती. त्यांचा सुगंध सभोवार दरवळत होता. प्रकाशाच्या स्वर-लहरींवर एखादे पाखरू चमकत होते. जणू तेवढाच प्रकाशस्वर वर चढून, उतरत होता.

त्या सुंदर वातावरणाच्या दर्शनाने माझ्या डोळ्यांत साचलेला कडवट ताठरपणा शितळला. माझ्या नेहमीच्या खुर्चीत बसून मी समोर पाहू लागलो. समोर दिसणाऱ्या साऱ्याच दृश्याला एक मुलायम एकसंधता होती. काही सौंदर्याकृती स्थिर होत्या, काही हलत होत्या. हलत्यांच्या हलण्याने स्थिरांचा गोडवा वाढत होता. स्थिरांच्या थिराव्याने हलत्यांच्या हालचालीचे सौंदर्य खुलत होते. दिसणाऱ्या रंगांना असीम विविधता होती; पण त्या विविधतेलाही संगती होती. सारे काही असावे तसेच होते. जिथे असावे तिथेच होते.

सुखावत असलेल्या डोळ्यांनी ते दृश्य कुरवाळीत मी बसून राहिलो. फक्त डोळे उघडे राहिले. उरलेले शरीर जणू आळसावले, गाढ झोपी गेले. केव्हा तरी कुणी तरी येऊन कान जागे केले. कानांपाठोपाठ शरीरही जागे झाले. चहाच्या उंची पत्तीचा वास जाणवला. एक घुटका गरम चहाचा, एक घुटका चवदार धुराचा, असे करीत मी किती वेळ बसलो होतो कोण जाणे. डोळे शारदशोभाच पाहत राहिले होते.

कुणीतरी समोरचे फाटक उघडले. सौंदर्याच्या अथांग जलाशयात कसला तरी वेडावाकडा ठिपका कोलमडला. दृश्याची लय भंगली. डोळे चुरचुरल्यासारखे झाले. एक पंधरासोळा वर्षांची मुलगी फाटकातून आत आली. तिच्याबरोबर एक छोटासा मुलगा होता. कदाचित ती दोघे आत घरात कुणाकडे तरी आली असतील. मी खरोखरीच कुणाला भेटण्याच्या मन:स्थितीत नव्हतो. ती मुलगी आणि तो मुलगा थेट माझ्याकडेच आल्यासारखी जवळजवळ येऊ लागली. मी मनोमन गड्यावर संतापलो. त्याला लाख वेळा सांगितले होते की, मी समोर असलो तरी येणाऱ्या माणसाला फाटकातच थांबवीत जा. नावगाव व काम विचारून घेत जा. तो कुठे कडमडला होता कोण जाणे!

ती मुलगी हळूहळू पायऱ्या चढून वर आली. रंगाने ती काळीसावळीच होती. तिची उंची जरा अधिक वाटली; पण डोळे छान होते. मुद्रा मात्र फिकटलेली होती. अंगावरचे पातळ तर जुनाटच दिसले. त्याचा रंगही साजरा नव्हता. फिक्या पोपटी रंगावर वेड्यासारख्या काळ्या रेघा रेखलेल्या होत्या. तिच्या गळ्याचे हाड तिच्या डोळ्यांइतक्याच ठळकपणे डोळ्यांत भरल्यासारखे वाटत होते. बरोबरच्या मुलाचा हात धरून ती पायरी चढली. वर, अगदी माझ्यासमोर आली. मला ते तिचे येणे आवडले नाही. थोड्या कठोरपणानेच मी विचारले, ‘‘कोण हवंय?’’

ती मुलगी उभ्या उभ्याच रडू लागली. हुंदके देऊ लागली. तो मुलगाही रडवेला झाला. मला काही बोधच होईना. त्रागा करणेही साधेना. ती मुलगी चांगली मोठ्यानेच रडू लागली. न जाणो रस्त्यावरची माणसे आत यायची. मी उठलो आणि आवाजात हळुवारपणा आणीत तिला म्हटले–

‘‘कोण तू बाई? अशी रडतेस का? बैस तर खाली.’’

ती काही केल्या बसेना. सारखी आपली रडतच राहिली. मला मोठे चमत्कारिक झाले. तिला ‘येग, जाग’ म्हणावे की ‘अहोजाहो’ तेही मला उमगेना.

‘‘बसा तर खाली. काय ते सांगा. नुसतं रडल्यानं कसं कळणार!’’ काकुळतीच्या स्वरात मी आर्जवून बोललो. तेव्हा ती समोरच्या कोचात बसली. तिचे नाक अजून वाजत होते. गाल ओलेचिंब झाले होते. एक चुटुकला रुमाल काढून, तिने ती ओल कोरडी करण्याचा प्रयत्न केला. तिचे ऊर धपापत होते.

तिच्या वयाच्या मानाने तिच्या वक्षस्थलांची वाढ जरा अधिक झाली असल्याचे मला उगीचच जाणवले. कारण नसताना हे वेगळेपण मनाला शिवून गेले. तिचा हुंदका आकसत आकसत गेला. तिने एक लांब सुस्कारा टाकला. मग मीही समोरच्या कोचात बसलो. माझ्याकडे न पाहता रडवेल्या आवाजात ती बोलू लागली– ''माझं नाव सरला जोशी. हा माझा धाकटा भाऊ, दिलीप. आम्ही कल्याणला असतो.''

कल्याण शहरात आमच्या ओळखीपाळखीचे कुणीच राहत नव्हते तरीही मी विचारले, ''माझ्या बायकोकडे आलात का?''

तिने नकारार्थी मान डोलावली. कष्टाने बोलावे तशी ती बोलली–'' आपल्या घरात माझी कुणाशीच ओळख नाही. आपल्यालाही मी पहिल्यांदा पाहते आहे!''

पुढे ती काय बोलते ते ऐकून घेणे आता भाग होते. पण ती गप्पच झाली. काही बोलेना. बांगडी नसलेल्या हातांशी बांगडी फिरविल्याचा चाळा करीत, आपल्याच पावलांकडे पाहत ती स्वस्थ बसून राहिली. मला विचारणेच भाग पडले– ''कल्याणला काय करता तुम्ही?''

''राहतो.'' मोठे हास्यास्पदच उत्तर दिले तिने. माझे सहजच लक्ष गेले. तिच्या गळ्यात काळी पोत नव्हती. हातासारखाच गळाही मोकळा होता. ती काय हेतूने आली असावी, त्याचा बोध काही केल्या होईना.

''वडील काय करतात कल्याणला?'' काही विचारायचे म्हणून मी विचारले. तशी ती पुन: ओक्साबोक्शी रडू लागली. अनोळखी तरुणीच्या पाठीवरून हात फिरवण्याइतका प्रौढपणा असूनही मी तसे केले नाही. मोठ्या अवघड अवस्थेत सापडून तिच्याकडे पाहत गप्प बसून राहिलो. आवेग ओसरल्यावर तीच सांगू लागली, ''आमचे वडील नुकतेच वारले. आत्महत्या केली त्यांनी.''

''आत्महत्या? का?''

''गरिबी. घरात आई आहे. ती सदा आजारी असते. अस्थमा आहे तिला! मी आणि हा भाऊ. दुसरं कुण्णी नाही.'' ती परत रडू लागली. स्फुंदून स्फुंदून रडू लागली.

''इथं आलात कधी?''

''काल रात्री!''

''थांबलात कुठं?''

''मोरारजी धर्मशाळेत!''

तिची बापडीची अवस्था खरोखरीच केविलवाणी होती. बाप मेलेला. आई आजारी, घरात दारिद्य्र, पाठीशी एक भावंड. मी आतल्या आत कळवळलो. सहानुभूतीचा उमाळा सहजच ओठी उमटला,

''जेवलात कुठं काल?'' माझा प्रश्न ऐकताच, तिचे काळीज जणू पिळवटून गेले. बसल्या ठायीच ती ताठ झाली. त्या मुलाने तिच्याकडे बघत चमत्कारिक हालचाल केली. मी वळून पत्नीला हाक मारली. त्या मुलीला दहावीस रुपये देण्याविषयी तिला सांगितले. काय बोलावे ते मात्र सुचेना. माझ्या बायकोने दिलेले पैसे तिने निर्विकारपणे घेतले आणि ती पुन: तशीच केविलवाणी बसून राहिली. मलाही उठून जाता येईना. खरे सांगायचे तर, उठून जाणे जमेना. बराच वेळ निघून गेला.

''मी अशासाठी आले होते...'' आता तिचा स्वर कोरडा येऊ लागला. ''मला काहीतरी काम द्या, आपल्या ओळखीनं. गेल्याच वर्षी मी एस.एस.सी. पास झाल्ये आहे!''

''ठीक, तुम्ही दुपारी एकच्या सुमाराला स्टुडिओत या. मग पाहू.''

तिला बरे वाटले असावे. तिच्याइतक्या तरुण मुलीने जितक्या तल्लखपणे उठावे तितक्या तल्लखपणे ती उठली. आपल्या भावाला म्हणाली, ''चल दिलीप-' जाताना तिने मला नमस्कार केला. उगीचच हसल्यासारखे केले. पायरी उतरता उतरता ती म्हणाली, ''दुपारी येत्ये स्टुडिओत!''

दुपारी स्टुडिओत जायला निघेपर्यंत मी खूप विचार केला; पण त्या मुलीला देता येईल असे काम मला सापडले नाही. पाश्चात्त्य देशात सेटवर काम करण्यासाठी 'कंटीन्युइटी गर्ल्स' असतात. आपल्याकडे ते काम सहकारी दिग्दर्शकच करतात. तसली एखादी जागा नव्याने निर्माण करून या मुलीला द्यावी असे वाटले; पण स्टुडिओतील बाकीच्या सहकाऱ्यांना ते पटेल न पटेल असाही संभ्रम पडला. निर्णय काही झाला नाही. एवढ्यात गाडी आली आणि नेहमीसारखा मी स्टुडिओत जाण्यासाठी निघालो.

स्टुडिओच्या आवारात गाडी थांबली, मी खाली उतरलो. माझ्या आधीच चालू चित्राची मुख्य नायिका आपल्या गाडीतून आली होती. उतरल्या उतरल्याच ती मोठमोठ्याने तणतणत होती-

''प्रोग्रॅमदेखील समजत नाहीत मला, किती दिवस म्हणतेय एखादी सेक्रेटरी ठेवावी; पण मिळतच नाही कुणी!''

मला वाटले, सरला जोशीचे दुर्दिन संपले. तिला काय काम द्यावे या विचाराने मी चिंताग्रस्त झालो होतो. अनायासे तिच्यासाठी 'जागा' वाढून आली. शोधण्याआधी संधीने आपणहून हात पसरले.

"शोभा!" मी हाक मारली.

"अय्या!!" तिने उगीचच भ्यायल्यासारखे दाखवून जीभ चावली. मला नमस्कार केला.

"तुला सेक्रेटरी हवी ना!"

"न–ना–ही बाई!"

"नाही बाई; काय? मी ऐकलं. माझ्याकडे आहे एक मुलगी. एस.एस.सी. झालेली आहे. पंधरा-सोळा वर्षांची आहे. ती तुमच्याकडे राहील. महिना साठपाउणशे दिलेत तर ती आनंदाने राहील. बिचारीला कुणी नाही. निराधार आहे."

शोभाला वाटले, मी तिची थट्टा करतो आहे. एका चित्रपटानेच नायिका झालेल्या या बायका ताबडतोबीने 'श्रीमंती'ची सोंगे आचरणात आणतात, या गोष्टीची चीड तिने अनेकदा माझ्या तोंडून ऐकलेली होती. सरलाची स्थिती मी तिला गंभीरपणे समजावून सांगितली, तेव्हा ती मोठ्या निष्ठापूर्ण स्वरात म्हणाली–

"तुमची शिफारस असेल तर आजपासूनच येऊ द्या. मी काही कमी पडू देणार नाही तिला."

माझ्या डोक्यावरचा भार उतरला. चांगल्या कुळांतल्या मुलींनी चित्रपटांत जावे असे मला अजूनही वाटत नाही. सरला जोशीला परिस्थितीमुळे या व्यवसायाकडे येणे भाग पडत होते, ते टळले. शोभाकडे राहून ती स्वत: आपले शिक्षण करू शकेल, धाकट्या भावाला शिकवील, आईला सांभाळील-सारेच ठीक होईल – असा हिशेब मनोमन मांडला. कधी नव्हे ते, एका चित्रपटतारकेचे मी मन:पूर्वक आभार मानले.

वास्तविक, दुपारच्या खाण्यानंतर थोडी वामकुक्षी घेण्याची मला सवय आहे. आज मी आडवा झालो नाही, माझ्या खोलीतील टेबलाशी बसून राहिलो. सरला जोशीला मी वेळ दिली होती. या नावाची कुणी मुलगी आली तर तिला तडक माझ्याकडे घेऊन ये, असे दरवानाला सांगून ठेवले होते.

ठरल्याप्रमाणे सरला आली. ती आत आली तेव्हा कसला तरी सुगंध भपकन दरवळला. तिचे कपडेही पालटलेले दिसले. तिच्या अंगावरचे पातळ तेच असावे; पण सकाळपेक्षा आता ते अधिक नेटके वाटले. तिने केसही व्यवस्थित बांधले होते. तोंडाला पावडर लावली होती. डोळ्यांतही काही सुरमाकाजळ घातले होते की काय न जाणे. या वेळी तिने भावालाही बरोबर आणले नव्हते. त्याला त्या धर्मशाळेत एकटा कसा काय ठेवला होता कुणास ठाऊक. मी तिला काहीच विचारले नाही. नुसते म्हणालो–'बैस!''

माझ्या समोरच्याच खुर्चीवर ती बसली. बसताना तीन ठिकाणी मुरडली. मला वाटते, थोडे हसलीदेखील. तिला कोणते काम मिळणे शक्य आहे ते मी तिला सविस्तरपणे सांगितले.

तिला काहीच आनंद झाला नाही. ती परत रडवेली दिसू लागली.

''का ग ही नोकरी बरी नाही का वाटत तुला?'' मी विचारले.

''नाही.'' तिने धीटपणे उत्तर दिले. मला ते आवडले नाही.

''का?''

''मला सिनेमातच काम पाहिजे!'' ती धाष्ट्र्याने बोलली.

''मग आधी शोभाकडे राहा. चित्रपटाशी संबंध राहीलच – हळूहळू मिळेल प्रवेश...''

''तसं नको.''

''मग?''

''शोभासारखं एकदमच मोठं काम मिळावं. ती आमच्याच गावची. आमच्याच हायस्कुलात होती. तिच्या घरची पण अशीच गरिबी''–माझे डोके एकदम भडकले. संताप अगदी अनावर झाला. या खत्रूड पोरीला एकदम नायिका होण्याचीच महत्त्वाकांक्षा आहे, हे मला आधी कळते तर मी तिला दारातदेखील उभी केली नसती. पोटी उसळलेला संताप, माझ्या ओठी आल्या–वाचून राहिला नाही. मी एकदम खेकसल्यासारख्याच आवाजात आरेडलो, ''तर मग, मी तुझ्यासाठी काही करू शकणार नाही.''

ती उठली. मख्खपणे उभी राहिली. खाली बघत, उभीच राहिली. रतिमात्र हलली नाही.

''तू जाऊ शकतेस!'' मी संतापूनच सांगितले. तरीही ती हलेना.

''आता का थांबलीस?''

"मी-मी-मी-"

"काय, मी मी? रस्त्यावरच्या कुणाही पोरीला उचलून तिला नायिका करायला मी काय कुणी ब्रह्मदेव आहे? माझ्याच घराचा पत्ता कुणी सांगितला तुला?"

"शोभाला आपणच...!"

"हो. पण तिचं काम पाहिलं होतं मी एका नाटकात. मला ते आवडलं होतं."

"मग मी तिच्यापेक्षा..."

"तू चालती हो बरं इथून. माझं डोकं खाऊ नकोस!" मी कडाडलो. ती मुळीच जाईना. पुन: जशीच्या तशीच उभी राहिली.

"आता काय आणखी?"

"तुम्ही काम देण्याचं वचन दिलंत, म्हणून मी खोली घेतलीय हॉटेलात."

माझ्या संतापाला सीमा राहिल्या नाहीत. त्या पोरीच्या दोन कानशिलात भडकविण्याऐवजी मी गड्याच्या नावाने ओरडलो- "बसाप्पा, या बाईला हाकलून दे बघू स्टुडिओच्या बाहेर!"

बसाप्पा धावतच आत आला. मग ती गेली. आपणहूनच निघून गेली.

तिने सांगितलेली तिची गृहस्थिती खरी होती की, खोटी तेही मला मग कळेनासे झाले. तिच्यासंबंधीचा ओलावा मी मनातून काढून टाकला. पुन्हा विचार करायचा नाही, असे ठरवून तो विषय दूर फेकून दिला.

पाच एक वर्षे होऊन गेली त्या गोष्टीला. चित्रव्यवसायात इकडची पारडी तिकडे झाली. कारण काय झाले कोण जाणे; मला कामे मिळेनाशी झाली. राहणीमान वाढून बसलेले. ते काही केल्या खाली उतरविता येईना. अल्पायासाने लाभणारा पैसा आणि अकारण फुगवटा घेणारी नामप्रसिद्धी जणू माझ्यापासून दूर गेली. कथा, कादंबऱ्या, नाटके या वाङ्मय-प्रकाराकडे वळण्याचा मी अनेकदा प्रयत्न केला. चटावलेली लेखणी त्या चाऱ्याला तोंडदेखील लावीना. बघता बघता मी जुना होऊन गेलो की 'चालणाऱ्या गोष्टी' न लिहिल्याने निर्मात्यांच्या मनी माझ्याविषयी दुरावा उत्पन्न झाला, काय झाले कुणास ठाऊक! माझ्या घराची देखील कळा गेली. भिंती म्हाताऱ्या दिसू लागल्या. कोचा-खुर्च्यांची रया गेली. माणसे काळवंडली. मानी मन, अजूनही कुणाकडे कामासाठी

याचना करण्याची सुबुद्धी जवळ करीना.

एका सकाळी फोन खणाणला. त्या फोनचे बिलही बरेच दिवस साचले होते, दिले गेले नव्हते.

"हॅलो?" मी म्हणालो.

"हॅलो!" दुसऱ्या टोकाने जबाब आला. आवाज अनोळखी होता. कुणा देणेकऱ्याचा नव्हता.

"व्यासजी है?" – त्या आवाजाने विचारले.

"बोल रहा हूँ. आप?"

"मैं उत्तमचंद." उत्तमचंद हे नाव मी ऐकले होते; पण ती व्यक्ती ओळखीची नव्हती.

"बोलिए!" मी म्हणालो.

"जरा मिलना चाहता हूँ आपसे. एक मराठी पिक्चर निकालने का सोच रहा हूँ. कोई कहानी हो तो...."

"जरूर साहब."

"तो यूँ किजिए."

"फर्माइए"

"मैं गाडी भेज देता हूँ. आप यही आ जाइए थोडी देर के लिये."

"जी हाँ. बहोत अच्छा."

मी रिसीव्हर खाली ठेवला. कितीतरी दिवसांनी सुवर्णसंधी आली होती. मला मनातून आनंद झाला. अशा एखाद्या कामाची मला आवश्यकताच होती.

ठरल्याप्रमाणे गाडी आली. नवी कोरी. अद्ययावत बांधणीची. मी गाडीत बसलो. गतवैभव, परत जवळ येत असल्याचा आनंद माझ्या मनात उमलू लागला. पाचसात मिनिटांतच गाडी 'पुष्पवाटिका' नावाच्या 'बंड' जवळच्या एका विशाल बंगल्याच्या आवारात पोचली. बंगल्याचा थाट आणि बागेची निगराणी पाहताच मी खूणगाठ बांधली, 'ग्राहक' मोठ्यांतले आहे. गाडी पोर्चमध्ये थांबली. मी उतरलो. उत्तमचंदने स्वतःच पुढे येऊन माझे स्वागत केले. माणूस पन्नाशीच्या आसपासचा असावा. त्याचे केस काळे होते; पण तो रंग कलपाचा आहे, नैसर्गिक नाही हे बघताच जाणवत होते. बाहेरच्या व्हरांड्यातच आम्ही बसलो. ती बैठकही त्याच्या उदंड ऐश्वर्याची साक्ष देत होती. कोचाच्या खोळी निळ्या मखमलीच्या होत्या. पायातळी भारी भारी काश्मिरी गालिचे अंथरलेले होते.

चहापाणी झाल्यावर उत्तमचंद म्हणाला, ''सुनाइए कुछ जर्म्स.''

मी बैठक जमविली. सिगरेट पेटविली. आवाजात योग्य चढउतार करीत त्याला दहा-पाच कल्पना परिणामकारकपणे सांगितल्या.

''अच्छी हैं आयडियाज्-''

उत्तमचंद बोलला- ''लेकिन-''

''?''

''अपनेको कहानी ऐसी चाहिए के जो चले. क्या कहते हैं आप मराठीमें?''

चालणारी गोष्ट पाहिजे?'' मला ती मागणी तोंडपाठच होती.

''हां, चालनारी-'' 'च'चा उच्चार, उच्चारमधल्या 'च'सारखा करीत उत्तमचंद मग मराठीतच बोलू लागला. ''आमाला फीलममधलं काही ग्यान नाही. आमची बायडी आहे मराठन. त्यान्ला हौस की, फील्म बनवावी. बायकोच्या लव्हसाठी पैसा बरबाद नाही झाला पायजे. काय? तर एकादी चालणारी गोष्ट द्या. तुम्ही सांगितले ते सब क्लासिक आहे.... चालनार म्हंजे-नाच, गाना, कॉमिक-काय? जे खपते तो विकला पायिजे-काय?-''

माझ्या डोक्यातला पांगळा संताप धडपडू लागला होता. चालणाऱ्या गोष्टी मागणाऱ्या निर्मात्यांना मी हमखास नकार देत आलो होतो. आता तो नकार ओठांतून बाहेर पडू शकत नव्हता. त्याचे बीज मात्र मेलेले नव्हते. तो नकार आतल्याआतच झाकळून राहिला.

''चालणारी गोष्ट?'' मी स्वत:शीच पुटपुटल्यासारखा पुटपुटलो. एवढ्यात मोटरचा हॉर्न वाजला.

''लो! मालकनही आगयी!'' उत्तमचंद उठत म्हणाला.

मला बरे वाटले. त्या परभाषिक व्यापारी माणसाची बायको मराठी होती. चित्रपट काढण्याची हौस तिची होती. तिला कदाचित माझ्या कथा-बीजांचे मोल समजेल हा एक आधार मला लाभला.

''आईए-'' उत्तमचंद म्हणाला. एक उंच, सडपातळ, नखशिखान्त नटलेली, रंगीत ओठांची तरुणी मुरडत मुरडत बैठकीकडे येऊ लागली. तिच्या अंगावर कसले तरी झुळझुळीत, चकाकी मारणारे पारदर्शक पातळ होते. वक्षस्थळाचा विस्तार थोडा अधिकच असल्यासारखा वाटत होता. शेठजीच्या त्या मराठी कुटुंबाशी ओळख करून घ्यावी म्हणून मी उभा राहिलो. ती किंचित पुढे आली. अवेळीच डोळ्यांवर चढवलेले गॉगल्स तिने काढले - आणि माझ्या सर्वांगातून

विजेची लहर वाकडीतिकडी वळणे घेत, मुक्यानेच कडकडाट करीत निघून गेली. ते डोळे मी पूर्वी पाहिलेले होते. उत्तमचंदची ती मराठी पत्नी म्हणजे सरला जोशीच होती.

मला थांबवले नाही. आपण काय करतो आहोत याचे भानच मला राहिले नाही.

शेठजीला उद्देशून मी म्हणालो- ''शेठजी, चालणारी गोष्ट मी लिहू शकणार नाही.'' आणि मी निघालो. मागे वळून देखील पाहिले नाही. मला वाटते, शेठजी पाठीमागून ओरडला- ''गाडी लेके जाईए--''

मी थांबलो नाही. त्या वैभवशाली आवारातून बाहेर पडलो. घामाघूम होऊन बाहेर पडलो. माझी कानशिले ताडताड उडू लागली होती. तोंडात शुष्कता आली होती. सकाळची उन्हे-दुपारी व्हावीत तितकी कडक झाली होती. त्या उन्हातून, तशा अवस्थेतच मी झपाझप चालू लागलो. मेंदूतले चक्र जोराने फिरू लागले. कुठूनतरी एक विलक्षण आवाज बजावल्यासारख्या स्वरात मला आणखी तापवू लागला. मी चालत होतो. तो बोलत होता -चूक केलीस. त्याला आवडेल तसे लिहिले असतेस तर पैसा मिळाला असता. याच स्वभावाने भिकारी झालास. चालणाऱ्या गोष्टी चित्रित केल्याशिवाय त्यांचे तरी कसे चालणार-? ती सरला जोशी कोण होती आणि कोण झाली? त्याला आवडेल ते तिने केले. त्याच्या दृष्टीने तिच्याजवळ एकच चालणारी गोष्ट होती. तिचे यौवन. त्याने ती गोष्ट मागितली. तिने दिली. ती आज वैभवात आहे. नखशिखांत दागिन्यांनी नटली होती. मोटारीतून हिंडते ती... पाहिलेस ना...''

मी क्षणकाल थांबलो. त्या आवाजाला त्याचे मनगट धरून थांबविला. खाली येऊन, मुक्यानेच ओरडलो, ''सरला जोशीचा उल्लेख उत्तमचंद आपली पत्नी म्हणून करीत होता; पण ती त्याची पत्नी आहे का? नाही. नसणारच. ती रखेली असली पाहिजे रखेली!''

तसल्या जळत्या उन्हात दोनअडीच मैल अंतर तोडले मी. घरी पोचलो तेव्हा मूर्च्छाच आल्यासारखी झाली. व्हरांड्यातल्या खुर्चीत, मी कसेबसे स्वतःला फेकून दिले. डोळ्यांना अंधेरी आली होती... ते अर्धवट किलकिले होते. दिसले, की भास झाला कोण जाणे - समोरचे फाटक उघडले गेले. एक मुलगी आणि तिचा छोटा भाऊ दोघे आत आली. ती मुलगी हळूहळू पायऱ्या चढून वर आली. रंगाने ती काळीसावळीच होती. तिची उंची जरा अधिक वाटली; पण

डोळे छान होते. मुद्रा मात्र फिकटलेली होती. अंगावरचे पातळ जुनाट दिसले. त्याचा रंगही साजरा नव्हता. फिक्या पोपटी रंगावर वेड्यासारख्या काळ्या रेघा रेखलेल्या होत्या. तिच्या गळ्याचे हाड तिच्या डोळ्यांइतक्याच ठळकपणे डोळ्यांत भरल्यासारखे वाटत होते... तिच्या वयाच्या मानाने, तिच्या वक्षस्थळांची वाढ अधिक झाल्याचे मला उगीचच जाणवले... तो मघाचा आवाज एकदम माझ्या कानांशी आरेडला, ''चालणारी गोष्ट.... चालणारी गोष्ट...''

मी एक दीर्घ नि:श्वास सोडला. डोळे घट्ट मिटून घेतलं. तो आवाज थांबता थांबेना. ते दृश्यही डोळ्यांपुढून हलता हलेना.

नट

स्वरूपसुंदर सदा, नाटक मंडळीची नोकरी सोडून, कायमचा राहण्यास कोकणात परत आला, ही बातमी बघता बघता गावभर झाली. सान्यांच्या खाणावळीत, देवांच्या ओसरीवर, बापू डॉक्टरच्या दवाखान्यात, सर्वत्र याच विषयावर चर्चा होऊ लागल्या. चौलच्या गावकऱ्यांना सदा 'प्रतिगंधर्व' झाला आहे, इतकेच ऐकले होते. त्याला प्रत्यक्ष रंगभूमीवर पाहण्याचा योग, कोणाही चौलकराच्या आयुष्यात आला नव्हता. त्यांच्यापैकी पुष्कळांनी सदा लहान असताना त्याला पाहिलेले होते. या ज्ञानाचे भांडवल करून, ते आजवर सदाविषयीच्या बाता ठोकीत आले होते. त्याच्याविषयी अभिमानाने बोलत आले होते.

सदा जोश्याला या गोष्टीची जाण मुळीच नव्हती. पनवेलहून येणाऱ्या मोटारने तो गावात आला होता. आपल्या गर्भारशी बायकोला सांभाळून चालवीत, हिंगुळदेवीच्या पायथ्याशी पोहोचला होता. तिथे त्याच्या काकाची एक छोटीशी वाडी होती. पाचपन्नास नारळाची झाडे होती, पाचपन्नास सुपारीची होती. एक लहानसे घरटे होते. काका जन्मभर मोकळाच राहिला होता. पत्ता शोधून शोधून, त्याने अनेकवार आपल्या एकुलत्या एका पुतण्याला लिहिले होते की, एकदा गावाकडे येऊन जा. मी आता फार दिवस जगणार नाही. सदाने त्या पत्रांना कधीच उत्तरे धाडली नव्हती. आता तो काकाही मरून जुनापुराणा झाला होता. त्याच्या रिकाम्या वास्तूत सदाचे पाऊल आज पडले होते. तो सहकुटुंब तिथे येऊन पोहोचला होता.

नट / ५९

अवघडलेल्या अंगाची उमा आणि तिच्यावर वेडी माया करणारा सदा, या दोघांनी मिळून काकाच्या घरट्यापुढचा सारा पालापाचोळा काढून टाकला. घरटे झाडूनपुसून लख्ख केले. कोळ्यांची जाळी आणि कातणीची घरे औषधाला उरू दिली नाहीत. सांदीला पडलेली भांडीकुंडी त्या दोघांनी शोधून काढली. घासूनपुसून चक्क केली. त्या उदास घरकुलाची कळा त्यांनी पार पालटून टाकली. सैंपाकघर लागले. सामानसुमानाची मांडामांड ठाकठीक झाली. उमा काही रांधू लागली आणि सदा बाहेरच्या ओटीवर एक चटई टाकून बसला. अडगळीतला जुनाट फाणस त्याने शोधून काढला होता. तो दिवा परत जळता व्हावा, अशा खटपटीला तो लागला.

सूर्य मावळून गेला होता. जगाआधीच अवघी वाडी अंधाराने झाकोळली होती. झावळ्या निश्चल होत्या. त्या एकलकोंड्या वाडीत अवेळीच रातकिड्यांची सुरावट सुरू झाली होती. सदूला त्या एकांताचेच सुख वाटत होते.

बरीच खटपट केल्यानंतर, तो फाणस ठीक झाला. सारा सांगाडा जिथल्यातिथे झाल्याचे स्वत: सदूला पटले. घासलेटवात त्याने अवशीच आणली होती. तो म्हातारा फाणस जागा झाला. शांतपणे जळू लागला. सदूला वाटले, काका असते तर, त्यांचा चेहरा असाच उजळून आला असता.

ओटीच्या छपराला आधारभूत झालेला एक कणखर वासा बघून, सदूने तो कंदील काथ्याच्या चरीशी गुंतवून त्याला टांगला. दिव्याखाली सावली पडली. अवतीभवती उजेड झाला. तो परत चटईवर स्वस्थ बसला. थकलेली पाठ त्याने भिंतीला टेकली. त्याची स्वत:ची इच्छा डावलून, वरणगावची ती घटना उगीचच त्याच्या डोळ्यांसमोर साकारू लागली.

खानदेशातील त्या संपन्न गावात चित्रानंद संगीत-मंडळीचा मुक्काम जवळ जवळ वर्षभर पडला होता. आठवड्यातून दोन नाटके होती. प्रत्येक वेळी मंडळीचा मालक 'हाऊस फुल्ल' घेत होता. ती सारी किमया सदाच्या रूपाची होती. त्याच्या सुस्वर सादाची होती. त्याच्या लोकविलक्षण लोकप्रियतेची होती, हे मालकाला कळत होते. तो त्याला कुठे ठेवू आणि कुठे नको, अशाच लाडाने वागवीत होता. गावामधल्या कैक पोरी सदाच्या लावण्यावर मरत होत्या. त्याच्या अभिनयाने भारावलेले भोळे रसिक, त्याच्याशी एखाद्या शब्दाची देवाणघेवाण करण्यासाठी पराकाष्ठा करीत होते.

एका सकाळी सदा आपल्या खोलीत आरशात पाहून केस विंचरीत होता.

त्याच्या खोलीतला आरसाही भला मोठा, माणसाच्या उंचीचा होता. सदाने नुकतीच आंघोळ केली होती. तलम धोतर नेसले होते. मुद्दाम तयार करविलेले माक्याचे सुवासिक तेल त्याने आपल्या केशसंभाराला माखले होते. त्या काळ्याभोर ओलसर केसांतून कंगवा फिरवता फिरवता तो स्वतःच क्षणभर थांबला. आपले स्वतःचेच प्रतिबिंब, त्याला मोहून जावे इतके लोभसवाणे वाटले. ऐन विशीचे वय. रसरसलेल्या लिंबासारखा गोरा नितळ रंग, थोडकी स्थूल पण मुलायम अंगकाठी, काळे टपोरे डोळे, सरळ चाफेकळीसारखे नाक, निरुंद जिवणी, लालचुटूक ओठ, पांढरे शुभ्र दात, गुबगुबीत लालसर रंगाचे गाल, त्यांना हसताच पडणाऱ्या खळ्या, घाटी लपवून आकारलेला नितळ गोरा गळा आणि काळ्याकुरळ्या केसांचा राजसवाणा संभार...त्या केसांचे दर्शन व्हावे, म्हणून त्याचा तोच उजव्या पायावर भार देऊन वळला. त्याचा पृष्ठभाग चांगला पोसवलेला होता. जरीकिनार असलेली, धोतराच्या कासोट्याची घडीदार पट्टी खरोखरीच पैठणीचा दिमाख हिरावून घेत होती. स्वरूपसुंदर सदा, स्वतःच्याच स्वरूपावर खूष झाला. नकळत कुठल्यातरी नाटकातले एक गाणे आळवू लागला, 'नच सुंदरी करूं कोपा, मजवरि धरि अनुकंपा-'

"सदा"-कुणीतरी त्याची तंद्री तोडली, समोरच्या आरशातच त्याला काय दिसले. चित्रानंदचे मालक राघूअण्णा रानडे दाराशी उभे होते. सदा थोडका लाजला. मानेला एक नाजूक हिसडा देऊन, त्याने आपली जीभ दाताखाली दाबली. "या की अण्णा!" म्हणत आपले केस ठाकठीक बसवीत, तो आरशापासून अंमळ दूर झाला. अण्णा आत आले. सदाच्या पलंगावर बसले. एक पाय ताठ आणि एक पाय लवता ठेवून सदा आपली नखे दातांशी चाळवीत विनयाने उभा राहिला.

"बैस की!" अण्णा म्हणाले. दोन-तीनदा म्हणाले, पण सदू बसला नाही. घरंदाज कुटुंबिनी घरातल्या वडीलधाऱ्यांसमोर उभी राहते, तशा अवस्थेत तो उभाच राहिला. अण्णांची मुद्रा आज प्रसन्न होती. त्यांच्या आगरकरी मिशा देखील आज हास्याच्या अंकुरासारख्या दिसत होत्या. भुवयांच्या मधोमध लावलेली लाल गंधाची टिकली, पुऱ्या फुललेल्या सुपारीच्या फुलासारखी टवटवीत दिसत होती.

"एक आनंदाची बातमी आहे सदा!" अण्णा सर्वांगाला झोले देत बोलू लागले. सदा काहीच बोलला नाही. उत्सुकतेनं ऐकत राहिला.

"तुझं लग्न ठरवलं आम्ही. मुलगी लाखांत एक आहे. कंपनीच्या बिऱ्हाडीच मांडव घालावा म्हणतो!"

सदू काही बोलला नाही. त्याने नुसता एकवार आपल्या गालावर हात फिरवला. त्या गालावर दाढी नावाची लवगी उगवते, याची त्याला जणू नव्याने जाणीव झाली.

"मुलगी पाहिलीच आहेस तू?"

सदाने होकार किंवा नकार काहीच दिला नाही. अण्णाच पुढे म्हणाले, "अरे, ती नव्हती का त्या हेडमास्तरीणबाई घेऊन आल्या होत्या. नाटकात घेता का म्हणून विचारायला. रूपाने अगदी तुला शोभेशी आहे. अनाथ आहे म्हणे. त्या बाईंनी तिला आजवर सांभाळली. तुझंही आता वय झालंय लग्नाचं... कसं?"

तरीही सदू काही बोलला नाही. ती मुलगी मात्र त्याच्या लक्षात आली. ती कंपनीच्या बिऱ्हाडी आली होती. तेव्हा सदूकडे बघून लाजली होती. सदू बायकांकडे पाहायचा तो अभिनयाची एखादी लकब टिपून घेण्यासाठी. त्या मुलीच्या त्या दिवशीच्या लाजण्याने मात्र तो आपली विद्यार्थ्याची भूमिका विसरला होता. काहीसा उत्तेजित झाला होता. कळत नकळत त्याला आपल्या ओठावर नसलेल्या मिसरुडाची आठवण झाली होती.

"मग तुला मान्य आहे ना?" अण्णांनी, नकार येणे अशक्यच अशा आत्मविश्वासाने विचारले. सदाने मान डोलावली. अण्णा उठले. जाता जाता एखाद्या चिमुरड्या पोरीचा गालगुच्चा घ्यावा तसा त्यांनी सदाचा घेतला. सदाला ते आवडले नाही. अण्णा निघून गेले आणि तो दार बंद करून मोकळेपणाने गाऊ लागला :

"कुचभल्ली वक्षाला, टोंचुन करि शिक्षेला..."

असली लाडकी शिक्षा करणारी गृहसम्राज्ञी खरोखरच त्याच्या आयुष्यात आली. उमा जितकी सुंदर होती तितकीच सुग्रण होती. तिच्या सहवासात सदा अतिशय सुखी झाला. नाटकात नायिका आणि घरात नायक–सदाच्या या दोन्ही भूमिका चढत्या तृप्तीनिशी यशस्वी झाल्या.

सुग्रणीच्या घरट्यासारखा त्यांचा अधांतरी संसार साजिरा आणि सुखाचा झाला. लग्न झाल्या दिवसापासून अण्णांनी त्याचा मुशाहिरा वाढविला. त्याच्या संसाराला लागणाऱ्या साऱ्या वस्तू कंपनीच्या खर्चाने खरेदी करून दिल्या. सारा आनंदी आनंद झाला. आनंदाचे दूध उतू जाऊन उतरले. त्याच्यावर सायीचा

थर जमला. उमेचे पोट जडावले. कांती फिकटली. तारुण्याने मुसमुसलेली केळ पोटरीला आली. सदाचा आनंद गगनात मावेना. रंगमंचावरील गाण्यांना अधिकाधिक टाळ्या पडू लागल्या. घरच्या गुरूकडून शिकलेल्या अभिनयाच्या नवनव्या लकबी, त्याच्या अंतरंगातील कलावंताला वर वर उंचावू लागल्या आणि–

आणि नेमका इथेच कुठेतरी आरसा तडकला. सदा खोलीत नाही असे पाहून म्हातारड्या अण्णांनी उमेच्या गालावर एक हलकेच टिचकी मारली. गालाला आरपार भोक पडल्यासारखी ती भयंकर किंचाळली. हाकेच्या अंतरावर असलेला सदा धावून आला... व सारे बिनसले...

हळव्या सदाचे मन नाटकाचे व्यवसायातून उडाले. त्या ओंगळपणाची त्याला मनस्वी किळस आली. त्याने मंडळी सोडली. धंदा सोडला. सामानाची बांधाबांध केली.

अण्णांनी स्वत:च्या मुस्कटात मारून घेतल्या. त्यांच्या पत्नीने उमेच्या पायांवर डोके ठेवण्याचा आव आणून पाहिला, कैक थोरमोठे गावकरी समजूत घालण्यासाठी येऊन गेले... पण सदू वळला नाही. त्याने पाठ फिरवली ती फिरवली...

ती पाठ आपल्या चुलत्याच्या घरभिंतीला टेकून तो विसावला होता. त्याची सारी दुनियाच पालटून गेली होती. आज तो एक सामान्य गृहस्थ होता. एक निराधार खेडूत होता. आत, रांधत बसलेल्या उमेवाचून त्याला कुणाचा आधार नव्हता. अंधारात बुडून गेलेली, त्याच्या कैलासवासी काकांची ती वाडी त्याला लाभणार होती की नाही, ते त्याला माहीत नव्हते. आजच्या आसऱ्यासाठी त्याला कुणी अडथळा केला नव्हता. उद्याविषयी त्याला माहीत नव्हते. काहीच माहीत नव्हते.

"ऐकलं का?" आतून उमेचा आवाज आला. स्वयंपाक झाला माझा. आता जेवायला यावं!"

"आलोच" म्हणत सदा उठतो न उठतो एवढ्यात कुठेतरी कुत्र्यांचा कर्णकटू गोंगाट झाल्याचे त्याच्या कानी आले. डोळे आकुंचित करून त्यानं दूर पाहिले. माणसांचा सावट आल्यासारखा झाला. चार-दोन हातकंदील फाटक उघडून आत शिरले. ते सदाच्या दिशेनं येऊ लागले. "उमा जरा थांब हो. घेऊ नकोस पानं!" सदू आतल्या बाजूला उद्देशून बोलला. थोडा पुढे झाला तोवर ते

हातकंदील त्याच्या ओटीशी येऊन भिडले. सदाच्या फणसाला कदाचित त्या कंदिलांच्या ओळखी पटल्या असतील. सदाला मात्र कुणाचीच ओळख लागली नाही.

"नमस्कार" –खाणावळवाले साने त्याला म्हणाले.

बाकीच्या तिघाचौघांनी नमस्कार केले. त्यांच्या वेषांवरून सदाने इतके ओळखले की मंडळी गावातली आहे. मंडळी वर आली. तोटक्या चटईवर अवघडल्यासारखी बसली.

"बस ना सदाशिवराव!" एकजण म्हणाला. सदा "आहे..." म्हणत उभाच राहिला. खाणावळवाले सानेच मग बोलू लागले. म्हणाले, "आपण आल्याचं कळलं पहिल्या मोटारीने, म्हटलं भेट तरी घ्यावी. गाव आपला असा. ब्राह्मणांची चट्‌ सारी घरे गेली मुंबईस. कुळवाड्यांना कळते काय? कला कशाशी खातात त्यांना थोडंच उमगणार? या मंडळींना म्हटलं, चला भेटून तऽ येऊं–" हात जोडल्यासारखे करून सदा बोलला, "उगाचच त्रास घेतलात अंधाराचा." "भले!" बापू डॉक्टर म्हणाला, "तत्त्वज्ञानची कदर त्याच्या गावकऱ्यांत होत नाही म्हणतात, ते आम्ही बरे खरे ठरू देऊ?"

आतापर्यंत औत्सुक्याने सदाच्या चेहऱ्याकडं बघत बसलेले देव वकील मनोमन धन्य होऊन, तृप्त आवाजात बोलले– "फार छान, आपण आपल्या जन्मभूमीला आलात. मुक्काम आहे ना महिनापंधरा दिवस!"

"मी आता कायमचाच इथं राहणार आहे!"

"म्हणजे, व्यवसाय?"

"सोडला!"

"काकांची वाडी आहेच म्हणा तुमच्या!" साने बोलले.

"पण ही वाडी विकलीयनी मुंबईच्या कुण्या गुजराथ्याला?" बापू डॉक्टराने शंका काढली.

"असं!" सदाला हा धक्का नवीनच होता.

"निश्चित ठाऊक आहे का तुम्हांला डॉक्टर? अर्धवट माहितीवर बोलू नये!" देवांनी दटावले.

"काही का असेना, सदाशिवराव आता गावात राहणार आहेत. आपण नाटक करू..." खाणावळवाले साने आणखी काही बेत सांगणार तो सदाने त्याचे बोलणे कापले.– "नाही! मी शपथ घेतलीय!... तोंडास रंग म्हणून लावायचा नाही!"

''का ते-?'' चौथ्या मुखस्तंभानं विचारलं.

सदा एकदम कातवल्यासारखा झाला. थोड्या कठोर शब्दांतच बोलला, ''ते मात्र कुणी विचारू नये!''

''जाऊ द्या, काही गैरसोय असली, तर सांगा. आम्ही आपलीच माणसं आहोत!'' देव वकील म्हणाले. मनमुराद गप्पा करण्याच्या इराद्यानं आलेली ती सुखवस्तू मंडळी, थोड्याशा निराशेनेच तिथून उठली. त्यांनी सदाचा निरोप घेतला.

काकाची वाडी आपणांस लाभण्यातही काही अडचणी आहेत, ही गोष्ट सदाने उमाला सांगितली नाही. स्वतंत्र बिऱ्हाडात तिने शिजवलेला सैंपाक, त्याने अमृताच्या चवीने खाल्ला. दमलेभागलेले ते प्रेमी जीव, त्या निर्जन रानात, एखाद्या पाखरांच्या जोडीसारखे एकमेकांच्या कुशीत झोपी गेले.

दुर्दैवानं त्या वाडीतला निवास त्यांना पचला नाही. त्या खरेदीदार गुजराथ्याचा माणूस दुसऱ्याच दिवशी कोकलत आला. मरणापूर्वी, सदाच्या काकांनी ती वाडी खरोखरच अगदी कवडीमोलानं विकून टाकलेली होती.

''आता पुढे काय?'' हा प्रश्न त्या नवदांपत्यासमोर 'आ' वासून उभा राहिला. काल भेटून गेलेले मंडळ परत त्याच्या मदतीला धावले. गावाची इभ्रत उभ्या महाराष्ट्रात वाढविणाऱ्या सदासारख्या कलावंताची कदर, गावच्या प्रमुखांनी करायची नाही तर करायची कुणी? सदा आणि उमा यांनी चार-सहा दिवसच कसेबसे त्या वडिलोपार्जित वाडीत काढले आणि त्या जागेचा निरोप घेतला. बाळपणापासून 'आसरा, आधार' झालेला नाटकधंदा सोडताना सदाचे डोळे पाणावले नाहीत, पण... पण ती वाडी सोडताना मात्र त्याच्या डोळ्यांना कोरडे राहणे जमले नाही. उमा तर बिचारी फार रडली.

चौलच्या शेजारी, टेकडीवर उंच ठिकाणी एक दत्तात्रेयाचे मंदिर आहे. त्या दत्ताचा पुजारी म्हणून गावकऱ्यांनी सदाची योजना केली. त्याच्या राहण्याची व्यवस्थाही वरच केली. ऐन वयात, ते तरुण जोडपे जनवस्तीपासून दूर झाले. 'काखे झोळी, पुढे श्वान' अशा अवताराच्या सान्निध्यात, जणू वानप्रस्थाश्रमात दाखल झाले. पोटापुरता पगार देवस्थानाने देऊ केला. राहण्याला जागा आयती मिळाली. एखाद्या आश्रमवासी मुनीसारखा सदाचा गृहस्थाश्रम सुरू झाला.

सकाळी लवकर उठावे. स्नान करावे. देवाची यथोपचार पूजा करावी. सारा दिवस धार्मिक वाचनात घालवावा. सायंकाळी डोंगराच्या अंगाखांद्यावर जोडीने

हिंडून यावे. सायंकाळची सांजवात लावावी. देवाची आरती करावी. असेल ते चव देऊन खावे. रात्री एकमेकांच्या जवळिकेच्या उबेत स्वप्नशून्य झोपेचा लाभ घ्यावा, असा आयुष्यक्रम चालत राहिला.

कधी गावातली कुणी माणसे वर येत. राजकारण, कला या विषयांसंबंधी बोलणी काढत. सदा कानावर हात ठेवी. गुरुदत्ताचा प्रसाद त्या माणसांच्या हाती ठेवून त्यांचा निरोप मागे.

पाच-सहा महिन्यांत सदूची मुद्रा पुरती पालटून गेली. त्याच्या हनुवटीवरचे केस, दाढी म्हणण्याइतक्या आकाराचे झाले. मुद्रेवरचा मुलायमपणा ताठरून गेला. अंगकांतीवर सावळी तकाकी धरली. कैक नाटकांतील भाषणे आणि पदे सदाला मुखोद्‌गत होती. त्यांतले एकही त्याच्या ओठी उरले नाही. त्या दाढीमिशांच्या जंजाळास घाबरून जणू त्यांनी पळ काढला. सादाचा गोडवा, कधी कधी सदूला गुणगुण करणे भाग पाडी. मग तो वेड्यासारखा गात राही-

"सद्‌गुरुवाचुनी, सांपडेना सोय
धरावे ते पाय, आधी, आधी-"

त्या एकलकोंड्या आयुष्यात, उमासदाशिवाची मने आणखी कसल्यातरी निनावी रसायनाने एकमेकांत मिसळून गेली. उमेचे डोके दुखले, तर सदाच्या अंगी ज्वर चढावा, अशी एकता निर्माण झाली. अर्धनारीनटेश्वरासारखे ते दांपत्य एका मनाने आणि एका देहाने त्या एकांताचा आनंद घेऊ लागले.

उमा अवघडलेली आहे, हे चौलातल्या आयाबायांना माहीत होते. ती बाळंत कधी झाली ते मात्र कुणालाच कळले नाही. तिच्या नवऱ्यानेच तिचे बाळंतपण केले. आईच्या बाजेखाली शेगडी चेतवली. बाळाची नाळ कापून टाकली. तिची उस्तवारही तोच करू लागला.

नाटकाचे नांव टाकून दिलेल्या त्या अभिजात नटाने सुइणीची भूमिका प्रत्यक्ष भूमीवर अशी वठविली की, रंगभूमीने तिचा आजन्म हेवा करावा. दत्ताची सेवा आणि उमेची सेवा-अशा दुहेरी सेवेत सदाचे दिवस आणखी सुखात जाऊ लागले.

रात्रीची वेळ. सारा डोंगर काळ्या शांततेने माखलेला होता. झाडे काजळली होती. मंदिराचे अस्तित्वही अंधाराने गिळून टाकले होते. पुजाऱ्याच्या ओवरीत एक कंदील जळत होता. चार डोळे जागत होते.

"ऐकलं का?" चिमुकल्या बाळावर पदराची पाखर घालीत उमा म्हणाली.

“काय?” भिंतीशी टेकून, दाढी कुरवाळण्याच्या चाळ्यात गढलेल्या सदाने विचारले.

“झोपावं आता!”

“मला झोप येत नाही उमा!”

“असं करून कसं चालेल?”

“मी म्हणतो, इथं कुणाची दृष्ट लागली आपल्या सुखाला?”

“असा धीर सोडू नये!”

“धीर जळून जाईल असा प्रसंग आहे हा. मला काही झालं असतं तर हरकत नव्हती...”

“माझी शपथ आहे...!” उमाने त्याला बोलू दिले नाही; पण तिच्या आजाराने सदा खचला होता. दुःखी झाला होता.

“मी म्हणत्ये, डॉक्टरना घेऊन यावं!”

“ठीक आहे, आणीन. पण हे असं का झालं? तू कुणाच्या पाचोळ्यावर पाय दिलास, का मी कुणाच्या तांदळाच्या कणाची अपेक्षा केली. हे दुःख आमच्या वाट्याला का आलं?”

“ते कुणालाच कधी कळलं नाही.”

“हुंऽऽ” त्यानं एक दीर्घ निःश्वास टाकला. तान्हे मूल एकाएकी झोपेत दचकल्यासारखे झाले. ते रडत उठले.

“त्याला आडवा घे उमा, भुकेला असेल!”

“मी म्हणत्ये...”

“काय?”

“मी त्याला न पाजलेलं बरं!”

“का?”

“माझ्या अंगात ताप नाही का?”

“हो, तेही खरंच!’

सदा चटकन उठला. त्याने स्टोव्ह पेटवला. गाईचे दूध गरम केले. ते बाटलीत भरले. त्याने बाळाला हलकेच मांडीवर घेतले. दुधाची चोखणी त्याच्या चिमुकल्या ओठी देऊन – त्याची आई त्याला पाजताना पाहत असे, तसेच कुठेतरी अंतराळात तो शून्यपणे पाहत राहिला...

अनंताची करणी कुणाला कळली आहे. उमेचा तो ताप उतरला नाही. बापू

डॉक्टराने अनेकदा दवा दिला. पनवेलीचा डॉक्टर येऊन पाहून गेला. त्याने लिहून दिली ती सारी औषधे देव वकिलांनी मुंबईहून मागवून घेऊन, सदाच्या स्वाधीन केली. कशाचा काही गुण आला नाही. सहा महिन्यांचे पोर मागे टाकून, उमा गेली. देवाघरी निघून गेली. मागे उरला सदा आणि ते सहा महिन्यांचे अर्भक...

उमेच्या मरणाची वार्ता कळताच सारे चौल गाव दत्ताच्या डोंगरावर आले. सतीला लाभणार नाही असा सन्मान त्या अहेव उमेचा झाला. शेकडो गावकऱ्यांनी सदावर आणि त्याच्या पोरक्या मुलावर सहानुभूतीचा वर्षाव केला, पण आता कशाचा काहीच उपयोग नव्हता. सदूला आता रडता येईना. रडणे, हसणे, हा त्याला अभिनयाचा भाग वाटू लागला. त्याने आपल्या तोंडावरचा पतित्वाचा रंग पुसून टाकला. नवी भूमिका वठवण्याची त्याला हिंमत नव्हती, पण त्या पोरक्या पोरासाठी त्याला आई होणे भाग होते. सहानुभूतीचे सप्ताह संपले. माणसे आपापल्या कामाला लागली...

सदाच्या हनुवटीचे केस हलके हलके पुन्हा वाढू लागले.

सदू आता त्या मुलाच्या सेवा चाकरीला लागला. देवासारखीच तो त्याची सेवा करू लागला. आई गेल्यापासून त्या पोराने जणू रडण्याचे व्रत घेतले. झोपणे, खेळणे, या क्रिया ते विसरून गेले. दिवसातले वीस तास ते रडू लागले. त्या निर्जन डोंगरात, फक्त त्या बाळाच्या रडण्याचाच आवाज उमटू लागला. सदूला सारखेच त्याला मांडीवर घेऊन बसणे भाग पडू लागले. तरी ते रडताना राहीना. देवपूजेपुरताही अवसर मिळेना. त्याच्या त्या अखंड रडण्याने सदाला अगदी वेड लागण्याची पाळी आली. त्याचा त्यानेच काही विचार केला. रडत्या मुलाला घेऊन तो खाली उतरला. गावात आला. रडते मूल त्याने घटकाभरासाठी सान्यांच्या बायकोच्या स्वाधीन केले... स्वत: रेवदंड्याला जाऊन आपली हनुवटी स्वच्छ करून घेतली.

रडक्या बाळाला परत त्याच्या स्वाधीन करतांना सानेबाई म्हणाल्या, "कुठं रडतोय हो? मी मांडीवर घेऊन बसले होते, तर चांगलं बोळकं पसरून हसत होता गुलाम!"

सानेबाईच्या त्या सांगण्याने सदूच्या मनातला विचार आणखी पक्का झाला. त्याने बाळाला बाईपासून घेतले, अलगद खांद्यावर टाकले. त्याने परत टाहो फोडला. पडत्या पावसाला घेऊन सूर्य चालतच राहतो, तसा रडत्या मुलाला घेऊन सदा चालतच राहिला. डोंगरावर पोहोचला. आपल्या ओवरीत आला,

रडत्या बाळाला त्याने तसेच रडत ठेवले.

सदाने उमेच्या पांघरुणाची पेटी उघडली. उसळणारा आवेग छातीत कोंडला. तिची एक साडी आणि एक चोळी त्याने शोधून काढली. त्याचे मूल रडतच होते. हवेत हात-पाय नाचवीत, आक्रोश करीत होते. पत्नीची आवरणे हाती लागताच सदाचे मन आक्रोश करू लागले. त्या दोन्ही आक्रोशांना त्याने जुमानले नाही. स्वत:च्या शरीरावर त्याने तिचा वेष चढवला. तो साडी नेसला. त्याने चोळी पेहरली. ज्या नटपेशाचा त्याने कटाक्षाने त्याग केला होता, त्याचा आसरा त्याला घ्यावा लागला. त्याने आरशात पाहिले. 'उमा' असा एक नखशिखांत ओला शब्द त्याच्या आवाजांत उभा राहिला. तो त्याच्या कंठातून बाहेर पडला नाही. जणू त्या आरशातच त्याला त्याचे समग्र दर्शन झाले. तोंडातून न उमटलेल्या त्या सादाचा प्रतिध्वनी मात्र साऱ्या डोंगरकपारींतून निनादत गेल्याचा त्याला भास झाला. ते सारे निनाद जणू त्या मुक्या पोराच्या कंठात एकवटले. त्याचा आक्रोश त्याला जाणवला. साडी पेहरलेला सदा, थेट उमेसारखाच धावत त्या बाळापाशी गेला. आणि – "माझा लाजा गऽऽ!" म्हणून त्याने त्याला उचलून घेतले. छातीशी लावले. त्याच्या रडक्या तोंडाचे पटापट मुके घेतले. आश्चर्याची परमावधी झाली. ते मूल रडायचे थांबले. पूर्ण थांबले. बघता बघता तोंडाचे बोळके करून हसू लागले.

आता सदाला वाट सापडली. त्या निर्मनुष्य डोंगरावर, दिवसभर तो उमेची भूमिका वठवू लागला. रात्री उमा होऊन स्वत:ला भेटू लागला. उमा होऊनच बाळाला कुशीत घेऊन, झोपू लागला. मूल वाढावे तसे वाढू लागले. सदालाही एकलकोंडेपणाचा काच होत नाहीसा झाला.

छोट्या मुलाला तोंड आले, तेव्हा तो दिवसभराच्या सदाला 'बाबा' म्हणू लागला. रात्रीच्या सदाला 'आई' म्हणून मिठी मारू लागला. त्या अजाण मुलाला कधीच कळले नाही की बाबा आणि आई या दोन भूमिका वठवणारा नट एकच आहे.

त्या रात्री गावांतली दहा-पाच हौशी मंडळी दत्ताच्या देवळात भजनासाठी आली होती. खाणावळवाले साने, देव वकील, बापू डॉक्टर ही सारी मंडळी त्यांत होती. दत्ताच्या सभामंडपात, अर्धी रात्र उलटून जाईपर्यंत भजनाचा रंग चाललाच होता. कधी नव्हे तो सदाही आज हाती टाळ घेऊन भजनीमंडळींत सामील झाला होता. कुणीतरी मोठ्या गोड आवाजात एक पद आळविले,

'दिगंबर दत्त सदा घ्यावा...' न राहवून सदाने त्याचे धृपद धरले. त्याच्या आवाजाच्या गोडव्याने आणि गळ्यातल्या कुर्रेबाज हरकतींनी ऐकणारे अगदी तल्लीन होऊन गेले. सदालाही भान राहिले नाही. त्याने ते पद पहाटेपर्यंत घोळवले. टाळकरी उतरले आणि मृदंग्याने मृदंगावरचा हात बाजूला केला, तेव्हा सारे श्रोते नादब्रह्माशी एकाकार होऊन गेले होते. भारावून गेलेल्या देव वकिलांनी तर उठून सदाच्या पायांवर डोके ठेवले.

"अहो, हे काय?" सदा विनयाने त्यांना म्हणाला.

"दैवी देणगी आहे!" इतकेच बोलून देवांनी आपले कान पकडले. गाणे संपून गेले होते, तरी गाण्याची आस साऱ्या मंडपात सुगंधासारखी तरंगत राहिली होती. कुणी काहीच बोलेना. शेवटी सदाच उठला. तो म्हणाला, "मंडळी, जातो आता मुलगा, तिकडे एकटा आहे!"

"वर्षाचा झाला का?"

"झाला की!"

"आम्ही आता पडतो इथंच. पहाटे उठून जाऊ," बापू डॉक्टर म्हणाले.

"अंथरापांघरायला?" सदाने त्यांना विचारले.

"काही नको, तासा-दोन तासांचा प्रश्न. तुमच्याकडं तरी कुठली असणार ही इतकी पांघरुणं..."

सदा नाइलाजाने हसल्यासारखा हसला आणि त्याने मंडळींचा निरोप घेतला, प्रत्यक्ष देऊळ आणि सदाची ओवरी यांत पाचपन्नास कदमांचेच अंतर होते. नेहमीचे सरावाने सदा निघाला... वाटेत त्याला काहीतरी चावले. काय चावले ते बघणे त्याला सुचले नाही, कारण ओवरीकडून त्याला बाळाचे रडू ऐकू आले. तो रडत होता. दमछाक झाल्यासारखे ओरडत होता, "आईऽ आईऽऽ आईऽऽ." सदू तिकडे धावला.

सूर्य उगवून वर आला तेव्हा मंडळी जागी झाली. एकाने दुसऱ्यास उठवले. सारेजण खडबडून उठले.

"अरे, भलताच उशीर झाला."

"चला असेच."

"छे, छे."

"मग?"

"सदूबुवांना विचारून जाऊ."

सर्वजण उठले. सदाच्या ओवरीकडे निघाले. देवळाबाहेर पडतात न पडतात, तो त्यांना मुलाचे रडे ऐकू आले.

कुणीतरी म्हणाले, "अरे बापरे, काय रडतंय हो मूल!"

"आईविना लेकरू, बाप करून करून किती करणार!"

सारेजण झपाझप चालू लागले. त्या मुलाच्या रडण्याने व्यथित होऊन, चालताचालता साने म्हणाले, "सदाशिवराव कुठं गेले आहेत का काय?"

"कुठं जाणार? देऊळ नाही तर घर."

बोलता बोलता मंडळी सदाच्या ओवरीच्या उंबऱ्यात पोहोचली. मुलगा उंबऱ्यात बघूनच ओरडत होता, "आईऽ आईऽऽ!"

"कुठली रे बाळा आई?" कणव येऊन, वकील त्या मुलाला उचलू लागले. त्याने अंगाला हात लावू दिला नाही. आतल्या बाजूला हात दाखवून ते ओरडले, "आई, आई-"

साऱ्यांच्या नजरा तिकडे वळल्या. खाटेवर एक स्त्री झोपली होती. सर्वांनी चमत्कारिक नजरांनी एकमेकांकडे पाहिले. एकालाही पुढे पाऊल टाकणे जमेना. "सदूभाऊ, सदाशिवराव, सदूबुवा" सर्वांनी हाका मारून पाहिल्या. कुणालाच प्रतिसाद मिळाला नाही. मूल तर सारखे रडत होते. सारखे ओरडत होते, "आईऽ आईऽ."

साऱ्यांनी हिय्या केला. त्या कोलाहलातच ते पुढे झाले. सूर्याचा उजेड खोलीभर पडला होता. साने खाटेजवळ गेले. थोडे वाकले. खाटेवरच्या स्त्रीच्या तोंडावर फेस सुकलेला होता. डोळ्यांतल्या दिवल्या विझून गेलेल्या होत्या... त्या स्त्रीची मुद्रा हुबेहूब सदासारखी होती.

तोंवर देव आले. बापू डॉक्टर आले. त्यांनी त्या स्त्रीस हलवून पाहिले. सारे अंग ताठले होते.

"गेलीय!" डॉक्टर म्हणाले.

"कोण, कोण ही...?" साने घाबरून एकदम बोलले.

देव वकिलांच्या तोंडून हुंदका आणि शब्द दोन्ही एकदमच बाहेर पडले. "सदूभाऊ. सदूभाऊच हे! वेष वेगळा आहे, शरीर तेच! नट-महान नट...!

सदाचा मुलगा रडून रडून गप्प झाला होता. टाचा घाशीत तो पुन्हा ओरडू लागला, "आई-आई-आई-..."

◆◆◆

पुरुषाची आई

वीस-बावीस वर्षांपूर्वीची ही गोष्ट. मी त्या वेळी कोल्हापूर शहरात राहत होतो. लेखनाच्या प्रांतात, आताशी माझे रांगणे सुरू झाले होते.

श्रावणाचा महिना होता. सारे कोल्हापूर शहर एखाद्या भिजलेल्या पोतेऱ्यासारखे झाले होते. जिकडे तिकडे घाणेरडी, किळसवाणी ओल मातली होती. पाऊस अजून चिरपतच होता. पागोळ्या गळत होत्या. पत्रे आणि कौलारे यांच्यावर, पडत्या थेंबांचे कंटाळवाणे आवाज रेंगाळतच होते. भर दुपारची वेळ असून, तिन्हीसांजा झाकळल्यासारखे वाटत होते.

मी आणि पुरुषोत्तम त्याच्या गायनशाळेत बसलो होतो. गायनशाळा म्हणजे काय, कुठल्यातरी आडवळणी बोळातली एक जुनाट खोली. तिच्या बाहेरच्या दारावर एक विटक्या अक्षरांची पाटी होती, 'गायनशाळा.' त्या गायनशाळेचा चालक, मालक सारे काही पुरुषोत्तमच होता. गणेशोत्सव तोंडावर आला होता. पुरुषोत्तमच्या गायनशाळेला एक मेळा बसवायचा होता. त्या मेळ्यासाठी आम्ही दोघेजण मिळून पदे तयार करीत होतो.

पुरुषोत्तम आपल्या हातपेटीवर कुठलेतरी सूर पुन:पुन्हा वाजवीत होता. त्या स्वरांच्या अनुरोधाने मी 'अक्षरे' टाकीत होतो. अर्धेमुर्धे गाणे तयार झाले, आणि पुरुषोत्तमची पेटी एकदम थांबली. माझीही पेन्सिल हातातल्या हातात आकसली.

"थांबलात का मास्तर? वाजवा की." मी पुरुषोत्तमला मास्तर म्हणत असे. त्याच्या गायनशाळेतील विद्यार्थीही त्याला याच नावाने हाक मारीत. मास्तर मोठ्या विनोदी स्वभावाचा होता.

तो मला म्हणाला, ‘‘कवी, ही गायनशाळा, हे पदे रचण्याचे काम, हे सारे कशासाठी?’’

मी म्हणालो, ‘‘पोटासाठी!’’

त्याने विचारले, ‘‘वाजले किती?’’

माझ्याजवळ कुठे होते घड्याळ. त्यानेच आपल्या मनगटावरील घड्याळात पाहिले. आणि आवाजावर रेटा देत तोच मला म्हणाला,

‘‘दीड वाजलाय.’’

‘‘वाजला असेल’’ मी लिहिण्याच्याच अवसानात होतो.

‘‘भूक नाही लागली?’’

‘‘हं’’ मी उत्तर दिले, ‘‘जेवायची वेळ झालीय खरी.’’

‘‘झाली कसली राजा, होऊन गेली. म्हातारी घरी वाट बघत असेल!’’ बोलता बोलता त्याने बाजाच्या पेटीचे तोंड मिटवून, तिला दूर सारले, आणि तो म्हणाला, ‘‘चला’’

‘‘कुठं?’’

‘‘जेवायला.’’

‘‘मी जाईन खाणावळीत. तुम्ही जाऊन या.’’

‘‘चला हो, काय असेल मीठभाकर ती दोघेजणं खाऊ. उशीर झालाय. आता कुठं मिळणार जेवण तुम्हांला?’’

मीही मग आढेवेढे घेतले नाहीत. खाणावळीतल्या जेवणाची मला शिसारी बसली होती. जेवण ही क्रिया शक्यतो टाळण्याकडेच माझ्या मनाचा कल झुकला होता. घरगुती जेवणासाठी माझी जीभ अगदी आसावून गेली होती.

आम्ही दोघेही मास्तरच्या बिऱ्हाडी आलो. गायनशाळेसारखेच त्याचे राहते घरही सुलक्षणी होते. आत एक, बाहेर एक अशा दोन खोल्या. जमीन ओलीगार, भिंतींना पण गळ्याइतक्या उंचीपर्यंत लोणा चढलेला. बाहेरची खोली बैठकीची.

पावसातून आल्यामुळे आमचे कपडे आधीच ओले झाले होते. पाय राडीने लडबडले होते. छत्री एकच होती. ती मास्तरने उलटी करून, दाराजवळ ठेवली. ती तशीच डोळे गाळीत उभी राहिली. अंगांतला भिजका कोट काढून ठेवता ठेवता मास्तरने हाक मारली ‘‘आई अऽ’’

मीही माझा अंगरखा उतरू लागलो. आतल्या दारांतून एक म्हातारी बाहेर

आली. रंगाने काळसर, स्थूल, उंचीने बुटकी, तशांत विकेशा. ती एक विटके आलवाण नेसली होती. उरावरचे आईपण अगदी उघडे होते. पदराचाच काय तो आडोसा. डोक्यावरच्या पदराखाली, वाढलेले नखाएवढे पांढरे केस जरा ओंगळच दिसत होते.

''किती वेळ रे? वाट बघणारी बायको घरात आली नाही म्हणून काय वेळेवर घरी येऊच नये होय माणसानं?'' हे वाक्य बोलताना ती म्हातारी दिलखुलास हसत होती. मास्तर पुढे झाला; म्हणाला, ''आई एक अतिथी आणलाय!'' मी त्या म्हातारीला नमस्कार केला.

''कवी–'' मास्तराने ओळख करून दिली.

''अस्सं, मग कसली भूक आठवतेय तुम्हांला. हा कवी बसला असेल गाणी रचीत, तू बसला असशील बाजा बडवीत. आता अलगद टाचांवर चालत आत या. मोरीत गरम पाणी आहे. पाय धुवा दोघंजण, तंवर मी ताटं घेते!''

म्हातारी आत निघून गेली. तिच्या सांगीप्रमाणे टाचांवर चालत आम्ही मधला उंबरा ओलांडला. सैंपाकखोलीत गेलो.

कित्येक दिवसांनी जिभेची, आवडीच्या चवीशी गाठ पडली. जोंधळ्याची खरपूस भाकरी, मुगाचे वरण आणि गवारीच्या शेंगाची भाजी. मी तर अगदी टापरून जेवलो. जेवताना गप्पा रंगल्या त्या अशा की उंडग्या तोंडी लावण्याची आठवणच होऊ नये. मी पोट तट्ट फुगेतो जेवलो तरी मास्तरची म्हातारी म्हणते कशी–

''अरे मास्तर, तुझा हा कवी नुसता आकारानंच गणोबा दिसतोय. खाण्यात काही गती दिसत नाही याची.''

मायेची माणसे बोलतात तसेच ती म्हातारी बोलली. माझा संकोच पार नाहीसा झाला. अनोळखी माया मनोमन पालवली. मग मी पुन:पुन्हा मास्तरकडे जेवाखायला जाऊ लागलो. मला पंचाहत्तर रुपये महिना पगार मिळतो हे कळल्यापासून म्हातारीने माझे नाव ठेवले, 'श्रीमन्त कवी.' श्रीमंतीची तिची कल्पना, ही इतकीच मर्यादित होती.

एके दिवशी, मास्तरच्या आईने ओल्या मक्यांची उसळ चहाबरोबर आमच्यापुढे ठेवली.

मी म्हणालो, ''आई, चहा घेतो, उसळ नको.''

''का?'' म्हातारीने विचारले.

"आज उगीचच एका हॉटेलमध्ये गेलो होतो. तिथं आंबोळ्या खाल्ल्या."

म्हातारी एकदम गाऊ लागली—

स्वर चांगला सुरेल होता तिचा.

"श्रीमंताची गोष्ट वेगळी; रोज नवी चैन"

—आणि हे एक ओळीचे गाणे गाऊन झाल्यावर ती मनमोकळी हसली. वयाने साठी गाठली होती तरी म्हातारीची बत्तिशी मजबूत होती. परसात उगवलेल्या हिरवळीसारखे तिचे हसू मोठे साजरे, प्रसन्न दिसत असे. गाणी म्हणण्याचा आणि बोलण्यात म्हणी-दाखले वापरण्याचा तिला फार छंद होता.

मी कधी पँटशर्ट घालून मास्तरकडे जात असे. कधी माझ्या अंगात खादीचा अंगरखाही असे. जेवणखाण झाल्यावर मी कधीकधी एखादी सिगरेट ओढी. कधी खिशातून वागवीत आणलेली पानपट्टी खाई.

मास्तरची आई म्हणायची, "तुझ्या या कवीचा खाक्या काही और आहे पुरुषा!

कधी हत्तीवर अंबारी,

कधी पायी चालली स्वारी.

कधी तूपपोळ्या चळचळीत,

कधी कण्या बैसतो गिळीत.

कधी समया शत झळझळीत,

कधी वातच नुसती पळीत."

पळीत वात लावून, त्याचा दिवा करण्याची कल्पना मला फार मौजेची वाटली. मी खूप हसलो. म्हातारीला विचारले, "आई, या कविता कुठल्या म्हणता तुम्ही!"

"स्वत: रचलेल्या. कविता स्वतःच्या न चालीही स्वतःच्या." म्हातारी तरण्यासारखी हसली. खूप खेळीमेळीचे हसणे हसली. घरी दारिद्र्याचा अखंड वास असताना देखील मास्तरची आई कधी दुःखी कष्टी दिसली नाही. सदा हसतमुख. सदा बोलकी. सदा गप्पागोष्टींत भाग घेणारी.

तिच्या बोलण्याइतकाच तिचा स्वैपाक चवदार लागायचा. कोंड्याचा मांडा करणारे सुग्रणपण तिच्या हाती जणू पक्क्या पाडाला आलेले होते. तिचे हात अनेकदा माझ्या पोटी गेले, तेव्हा मास्तरांची म्हातारी मला फार जवळची वाटू लागली. तिच्याविषयी एक अनामिक माया माझ्या मनात रुजली गेली.

दिसामासांनी ती वाढीला पडली.

मेळ्यातल्या मुलींना झगे शिवावेत म्हणून मास्तरांनी एकदा, चिटाचे एक ठाणच्या ठाण खरेदी करून आणले, मी आणि मास्तर दोघेही त्याच्या घरी गेलो. ते चिटाचे ठाण पाहून म्हातारी विचारते कशी-

"केव्हाचा रे धरला मुहूर्त?"

मास्तर म्हणाला, "कसला?"

"कवीच्या लग्नाचा?"

"माझं लग्न?" मी चमकून विचारले.

"मग ही एवढी खरेदी कसली?"

"मेळ्यातल्या मुलींसाठी आणलंय कापड," मास्तर म्हणाला.

"वय तुमचं कवी?"

"चोवीस" मी म्हणालो, "कदाचित पंचवीसही असेल!"

"मग काय उपयोग?"

"मेळ्यातल्या मुली दहाच्या आतल्या. त्यातली एखादी ना तुमच्या उपयोगाची ना मास्तरच्या. त्याला तर आता तीस पुरी होतील-" म्हातारी म्हणाली.

बरोबरचे मित्र करायला बिचकतील, असले विनोद म्हातारी खुशाल करायची. आणि आमच्या आधी आपणच हसायची. माझी कल्पना होती की, म्हातारीला मास्तर हा एकच एक एकुलता मुलगा. पण मला कुठून तरी कळले की, तिला आणखी दोघे मुलगे आहेत. पुरुषोत्तम मास्तर हा सर्वांत धाकटा. म्हातारी आमच्याशी पुष्कळ गप्पा करायची. शेजारीणपाजारणींच्या नकला करून दाखवायची. मास्तराव्यतिरिक्तची मुले किंवा देवाघरी विसावलेले यजमान यांचा विषय मात्र तिने, कधी म्हटल्या कधीच काढला नाही. दारिद्र्याविषयीची कुरकूर तर मी तिच्या तोंडून चुकून देखील कधी ऐकली नाही.

पंक्तीवर बसलो असताना, एखाद्या वेळी भाजी नावाचा पदार्थच स्वैपाकात नसायचा. आम्ही कुणी न विचारताच म्हातारी सांगायची, "आज भाजी रजेवर आहे बरं, तिला नका हाक मारू!"

"का?" मास्तर विचारायचा. पगार नाही मिळाला तिला. पैशावाचून राजाचं अडतं मग भाजीचं का नाही अडणार? भाजी आलीच नाही आज. शिळ्या ताकालाच फोडणी देऊन, कढी म्हणून उभं केलंय" असलं काही तरी निकोप

आणि रसाळ वक्तृत्व तिच्या तोंडून सतत झरायचं. विनोदी गोष्टींचा साठा तर तिच्याजवळ अमाप होता. तिनं जग थोडंच बघितलेलं होत; पण फार डोळसपणानं बघितलेलं होतं. सज्जनगडाच्या समाराधनेत एक बाई भाताच्या डोंगरात पडून कशी भाजली त्याची तिने सांगितलेली कथा माझ्या अजूनही ध्यानात आहे. गोंदवल्याच्या उत्सवात वाढपे बोलत नाहीत. जेवणारे मागत नाहीत. पंक्तींतून हिंडणारेही आग्रह करत नाहीत. सर्वांचे सर्वच व्यवहार 'जय जय श्रीराम' या सप्ताक्षरी मंत्राच्या आधाराने कसे चालतात याचे तिने केलेले साभिनय वर्णन अजूनही नुसत्या आठवणीने मला हसू आणते. मास्तरची म्हातारी खरोखरच मोठी अजब स्त्री होती.

माझ्या डाव्या हातावर गळू उठले होते. ते बेटं एकदा फार ठसठसू लागले. कुणीतरी सांगितले, त्याला जवसाचे पोल्टिस लावा. मी एकटा गडी. ते पोल्टिस करणार कोण अन् लावणार कोण? मी तो दुखरा हात तसाच अधांतरी धरून, मास्तराच्या बिऱ्हाडी गेलो. मास्तर घरात नव्हता. म्हातारी होती.

"मास्तर कुठाहेत?" मी विचारले.

"तो गेला रतीब घालयला," म्हातारी म्हणाली.

"रतीब?"

"शिकवण्या करतो ना तो. गळ्याच्या मापानं गाणं घालीत फिरतो आपला. का हो?"

"काम होतं."

"कसलं?"

"खरं तर माझं काम मास्तराकडे नाही."

"मग?"

"तुमच्याकडेच!"

"मग बोला की, ताकाला येऊन, तवली का लपवता?"

"मूठभर जवस असतील का घरात?"

"जवस? नवस फेडायला हवे असले तरी मिळणार नाहीत. का हो?"

"गळू झालंय माझ्या हाताला. त्याला जवसाचं पोल्टिस लावावं असं म्हणतात!"

"म्हणतात! पण गव्हाच्या पोल्टिसालाही पोल्टिसच म्हणतात. त्यानेही गळू पिकतं की. थांबा, बसा. आता देते करून!"

त्या म्हातारीने अगदी हळुवारपणे माझ्या दु:खावर ती गरम गरम औषधी बांधली. जणू मास्तरइतक्याच मायेने माझीही शुश्रूषा केली. मला थोडे बरे वाटले. म्हातारी माझ्या अगदी जवळ बसली. अगदी प्रथमच थोडक्या गंभीर आवाजाने म्हणाली–

"कवी, मास्तरची न् तुमची मैत्री खूप झाली नाही?"

"खरंच खूप झाली. त्यांचं घर, मला माझंच वाटतं."

"वाटतं ना!"

"हे काय विचारता आई?"

"मास्तरच्या म्हातारीनं सांगितलं तर काम कराल एखादं?"

"का नाही करणार? सांगून बघा."

म्हातारी थोडा वेळ गप्प बसली. मग अवघडल्या स्वरात म्हणाली, "तुम्ही वयानं लहान आहात पुरषापेक्षा." ती मास्तरला कधी मास्तर म्हणायची; कधी त्याचा उल्लेख नावाने करायची.

"लहान असले म्हणून काय झालं?" मी म्हणालो.

"काम जरा थोरांना साजेल असंच आहे."

"सांगा तर खरं."

"त्याला नाही हं सांगायचं."

"नाही सांगणार. आता बोला काम."

म्हातारी अगदी खाजगी आवाजात सांगू लागली, "त्याचा धंदा पडतो गवयाचा. त्या धंद्याला प्रतिष्ठा नाही. तुम्ही मोठ्यांतून वावरता. चांगल्या कुटुंबांतून तुम्हांला मान मिळतो. त्याचं वय आता तीस पुरं झालं. लग्न तेवढं जमवून टाका त्याचं. मी म्हातारी झाले–"

मास्तरची म्हातारी असले काही काम सांगेल याची मला कल्पना नव्हती. तरीही मी होकार दिला. निष्ठेने त्या कामाला लागलो. योग्य वाटले, अशा एक–दोन मित्रांना त्यांच्या बहिणींबद्दल विचारून पाहिले. कोणीच फारसे औत्सुक्य दाखविले नाही.

शाम्या जोशी म्हणून एक माझा मित्र होता. तो स्वत:ला मोठा सारंगिया समजे. मास्तरांच्या मेळ्यात तोही कधी कधी साथीला येत असे. त्याची एक मोठी बहीण होती. होती चांगली सव्वीस वर्षांची. उंच, नाकेली आणि वेड्यावाकड्या दातांची. तिचं लग्न ही शाम्याच्या वडीलधाऱ्यांपुढे एक समस्या

होती, हे मला माहीत होते. एका सायंकाळी मी शाम्याला पद्माळा तलावाच्या बाजूला गाठला. इकडच्या तिकडच्या खूप गप्पा केल्यावर, त्याच्याजवळ विषय काढला. पटले, तर त्याने हा विषय आपल्या वडिलांजवळ काढावा असे गंभीरपणाने सुचवावयासही मी विसरलो नाही. शाम्या उगीच माझ्याकडे मारक्या रेड्यासारखा रोखून पाहत राहिला. माझे डोळे प्रश्नाकृती झाले.

"कव्या!" शाम्या बोलला. त्याच्या शब्दांत आश्चर्य होते. तिरस्कार होता. तो पुढे म्हणाला, "तू गावातच राहतोस का टेंबलाईच्या टेकडीवर?"

"का!" मी गोंधळून विचारले.

"मास्तरबद्दल तुला काहीच माहिती नाही असं दिसतंय?"

"म्हणजे?"

"म्हणजे काय लेका? तू त्या हिला ओळखतोस?"

"कुणाला?"

"दुर्गा खोटेला!"

"दुर्गा खोटे? सिनेमांत काम करणारी?"

"छट्!"

"इथली! वरुणतीर्थांतली!"

"हं हं. ती. तिच्या गालाला खळी पडते ती. कोण रे ती-?"

"मैनाताई चित्रे!"

"माहीत आहे!"

"वा! ती साऱ्या कोल्हापूरला माहीत आहे!"

"पण तिचे आणि मास्तरचे संबंध."

"मला नाहीत बुवा माहीत!"

"मग मी सांगतो ते ऐक. तिचे आणि मास्तरांचे संबंध साऱ्या करवीर इलाख्याला माहीत आहेत. मास्तरांच्या लग्नाबद्दल पुन्हा कोणाजवळ तोंड उघडू नकोस. तुझं थोबाड फुटेल."

श्याम्याच्या या फटकळ प्रहाराने मी अगदी सर्दच झालो. कानाला खडा लावला. पुन्हा कुणाजवळ पुरुषोत्तमच्या लग्नाचा विषय काढला नाही.

त्यानंतर मास्तरने कितीकदा तरी, मला त्याच्या घरी बोलावलं; पण माझी जाण्याची हिंमत झाली नाही.

जवळजवळ चार महिन्यांनंतर म्हातारीची आणि माझी जगदंबेच्या प्राकारात गाठ पडली.

''अहो कविराज-'' म्हातारीनं हाक मारली. मला थांबणे भागच पडले. ती थोडी पुढे आली. मी थोडा पुढे झालो. म्हातारीने उगीच माझ्या मागेपुढे व डावीउजवीकडे न्याहाळल्यासारखे केले.

''एकटेच आहात ना?''

''हो. एकटाच. आणखी कोण असणार?''

नेहमीसारखे प्रसन्न हसत म्हातारी म्हणाली, ''मला वाटलं सूनबाई आणलीत काय. आला नाहीत फारा दिवसांत. म्हटलं, मुंगळ्याला गूळ गवसला. चला, येता घराकडे-'' ''नाही'' म्हणण्याची धिटाई मला मुळीच साधली नाही. म्हातारी बरोबर चालत चालत मी पुरुषोत्तमच्या बिऱ्हाडी पोचलो. बाहेरच्या खोलीत बसलो. थोड्या वेळाने हातातले भांडेबिंडे आत ठेवून, म्हातारी बाहेर आली. माझी अवस्था मोठी अवघड झाली होती. म्हातारीच्या प्रश्नाला काय उत्तर द्यावे, या विचाराने मला कानकोंडे केले होते. म्हातारी आली आणि नेहमीच्या आपुलकीने माझ्याजवळ बसली. डोकीवरचा पदर दोन्ही कानांच्या मागून ओढून, ठाकठीक बसवीत तिने विचारले, ''काय झालं मी सांगितलेल्या कामाचं?''

''विचारलं एकदोघांना!''

''मग?''

''नाही जमत. योग जमावा लागतो. तिळातांदुळाच्या गोष्टी असतात.''

''पण,'' म्हातारी गंभीरपणाने म्हणाली-''दिसंदिस वय वाढतंय त्याचं!''

''आई-'' कडू इंद्रावण चोखल्यासारखा चेहरा करून मी म्हणालो, ''लोक काही भलतं बोलतात या मास्तरविषयी.''

''होय? काय बोलतात?'' अगदी भोळ्यासारखे म्हातारीने विचारले.

मी गप्प झालो.

''गरिबी तर आहेच आपली; पण गरिबांच्या मुली नाहीतच का जगात?''

''असतील की.''

''मग?''

''गरिबी वेगळी आणि-''

''आणि काय?''

''बदनामी वेगळी.''

''बदनामी?''

‘‘हूं. बदनामीच तर काय?’’

‘‘कसली?’’

‘‘ती ही आहे ना?’’

‘‘कोण?’’

‘‘रोज, चाल शिकविलेल्या शिंगीसारखी देवीला जाते ती. वरुणतीर्थातली.’

‘‘ती उठवळ मैना? चित्र्यांची?’’

‘‘तीच!’’

‘‘तिचं काय?’’

‘‘पुरुषोत्तम मास्तरबरोबर तिचं नाव घेतात लोक...’’ माझ्या अंगरख्याच्या आत घाम पाझरल्यासारखा झाला. म्हातारीची मुद्रा फारच गंभीर झाली. ती झटक्याने उठली. समोरचे दार सताड उघडे होते ते तिने बंद केले. पहिल्यांदा हात भुईवर टेकून, मग तिने बैठक घेतली. अगदी हळू आवाजात, गहिवरल्यासारख्या स्वरात ती बोलू लागली–

‘‘हे बघा, लोक बोलतात ते काही खोटं नाही. मैना घरची श्रीमंत आहे. तरणीताठी आहे. विधवा आहे. तिची आणि माझी गाठ देवीच्या देवळात रोज पडायची – मीच तिला एके दिवशी घरी बोलावलं. तिची आणि मास्तराची ओळख करून दिली. त्याचं गाणं तिला ऐकवलं–’’

‘‘चूच्’’

‘‘वाईट वाटण्यासारखं नाही काही त्यात. तुम्ही देखील मला मुलासारखेच आहात. त्या वेळी तिची आणि पुरुषोत्तमाची गाठ न पडती तर तो वेडा झाला असता.’’ बोलता बोलता म्हातारीचा गळा दाटून आला. मग मी तिला थांबवले नाही. मनातली सारी व्यथा तिच्या ओठी बोलकी होऊ लागली– ‘‘त्याचा सर्वांत थोरला भाऊ असाच वाया गेला. दुसऱ्यानं तर रखेलीच ठेवली आहे. याचं तसं काही होऊ नये, शरीराच्या भुकेनं मनाला भोसका पडू नये– म्हणून मीच ते सारं घडवून आणलं...!’’

‘‘आई!’’ मी जवळ जवळ ओरडलोच. तो सारा बनावच मला अतर्क्य वाटला. म्हातारीचे डोळे पाण्याने डबडबले. काळीज पिळवटल्यासारख्या स्वरात ती बोलली, ‘‘आता ते सारं सरलं पाहिजे. तो संसाराला लागला पाहिजे...’’ म्हातारी आपले डोळे कोरडे करू लागली. माझ्या आश्चर्याला धरच सापडेनासा झाला.

एक वृद्ध ब्राह्मण स्त्री, त्यांतून विकेशा विधवा, आपल्या पोटच्या मुलाचा आणि एक परजातीय विधवेचा संबंध स्वत: जोडून देते. तो काही काळ उघड्या डोळ्यांनी पाहत राहते. चिडत नाही. संतापत नाही. आणि त्याच्याही पलीकडे त्या विधवेचा विचार न करता, आपल्या मुलाच्या लग्नाचे मनोरे बांधते–

म्हातारीचा चांगुलपणा, माझ्या पूर्वी प्रत्ययाला आला नसता, तर मी तिला चेटकी म्हटले असते. हडळ म्हटले असते. माझे डोके अगदी भणाणून गेले. आश्चर्याचा सांगाडा दाणकन एका खडकावर आपटला. माझा संताप सर्वांगाला तिरस्कार फासून नाचू लागला. म्हातारीच्या वयाची वा माझ्या विषयींच्या तिच्या मायेची थोडीही पर्वा न करता मी बोलून गेलो.

"आई, तुमच्या मुलाचं लग्न झाल्यावर मैनानं काय करावं?"

"त्याचं प्रेम विसरून जावं. पुन: पहिल्यासारखं जगावं. ती श्रीमंत आहे. रोज नवा मित्र मिळेल तिला–"

"छान, तुम्हांला तुमच्या मुलाचं आयुष्य रुळावर यायला हवं. मैना मेली तरी चालेल–"

म्हातारी ताडकन उभी राहिली. तिचे सर्वांग ताठ झाले. तिने एक नि:श्वास जोराने सोडला आणि मग आवेगानं ती बोलली–

"मी मैनाची आई नव्हे; पुरषाची आई आहे."

एवढ्यात दाराची कडी खडखडली. दार उघडण्यासाठी म्हातारी दाराकडे वळली. मी पाहतच होतो. ती म्हातारी मला केवढी तरी उंच वाटत होती आणि कितीतरी थिटी दिसत होती. दाराच्या बाहेर पुरुषोत्तमच होता. म्हातारी त्याला म्हणाली, "अरे, मित्र येऊन बसलेत तुझे, कितीतरी वेळ झाला."

◆◆◆

सजा

दिवस कासराभर असतानाच आज देवतळ्यातली गर्दी मोडली. आपसूकच बनलेल्या खोलगटीतील गाळ-मातीवर पाच-पंचवीस पोरे खेळली न खेळली; तोच नामचंदांची झोंबी जाहीर झाली. ती कुस्तीही बघता बघता आटोपली. एकाची पाठ लागली; एक जिंकला. कुस्त्यांची दंगल आटोपली. पंचांचा फेटा औंदा गावच्याच पैलवानानं जिंकला.

गाव खुषीत आला. तरण्याताठ्या पोरांनी, जिंकलेल्या पैलवानाला खांद्या-वरून मिरवीतच देवळापुढे आणला. त्या मिरवणुकीच्या मागोमाग सारी जत्रा देवळाच्या पटांगणांत आली. सटी दिवशीचा महत्त्वाचा कार्यक्रम आता होणार होता. निळ्या मांग कपाळावर भंडारा ल्याला होता. लालसर रंगाच्या धोतराने त्याने स्वत:ची कंबर कसली होती. बिथरलेल्या डोळ्यांनी तो जत्रेकडे बघत होता. त्याच्या अंगात देवाचा संचार होऊ लागला होता. तो आतल्या आत घुमत राहिला. व्हरलांनी मोठमोठ्यांनी डफली बडविण्याची घाई घेतली. वाघ्या-मुरळ्यांची जोडपी, निरनिराळ्या बघ्यांच्या कोंडाळ्यात धायटच्यावर आली. भादव्यातल्या कुत्र्यागत कंबरा हालवीत, वाघ्ये चमत्कारिक चीत्कार काढू लागले, मुरळ्यांची पावले भुईवर ठरेनाशी झाली. सारेच नाचणारे घामाने न्हाले. यात्रेच्या गोंगाटांत एकच शब्द वर डोके काढून नाचू लागला 'मल्हारी, मल्हारी'

निळ्याचे झाड वादळाने झिंगले, पायाच्या आंगठ्यापासून, माथ्यावरच्या शेंडीपर्यंत, त्याच्या शरीरात हालचाल भरली. तो गावकीचा वाघ्या जोराने ओरडला, "यळकोट यळकोट घेऽ ऽ"

साऱ्या नजरा कुणाला तरी शोधू लागल्या. गावचा पाटील कुठे दिसत नव्हता. त्याने तरवडाची फुले वाहून पूजा केल्याशिवाय, देवाचा लंगर तुटणार कसा?

एक चौगुला धावला. पाटील घराण्यातली पोरे आज सकाळपास्नंच यात्रेपासून वाइली झाली होती. दूर दीपमाळेच्या कट्ट्यावर त्यांची काही खलबते चालली होती. कुस्त्याचा खेळ, वाघ्या-मुरळ्यांचे नाच, तंबूतला सिनेमा आणि कनातीआडच्या गोऱ्यापान लावण्या या सर्वांना वाढून जाईल, असा काही विषय त्यांना गवसला होता. त्यांच्यापैकी एकजण नुकताच गावाकडे गेला होता. त्याने पाहिजे ती खबर आणून पावती केली तर, भलताच मजा येणार होता. पाटील मंडळी त्या घोळात गुंतली होती. कायद्यानं वतने नाहीशी केली. तरी गावकीचे म्होरकेपण अजून पाटलांच्या हातीच रेंगाळत होते.

"तुळशीराम पाटील, वो तुळशीराम पाटील!"

हुडक्या घेत घेत दीपमाळेनजीक आलेल्या चौगुल्याने हरळी दिली. तुळशीराम बैठकीतून उठला.

"काय रं?" जवळ पोचलेल्या चौगुल्याला त्याने विचारले.

"चला की राव, निळ्या अक्षी बेभान झालाय!"

"चल" म्हणत तुळशीराम निघाला; पण जाता जाता त्याने कुणाला तरी सांगितले, "विठ्ठल आला की मला सांगा बरं का? मी आलोच लंगराला फुलं घालून!"

तुळशीराम पाटलाने परंपरा पाळली. दगडी शिळेला बांधलेल्या, भल्या मोठ्या पोलादी साखळदंडाला त्याने हळदीकुंकू वाहिले. फुले वाहिली. सारी जत्रा गरजली, "यळकोट, यळकोट घेऽ खंडेराया!"

निळू वाघ्यानं त्या लंगराला हात घातला. तो साखळदंड वाघ्याच्या हिसक्याने तुटला तर, गावावर खंडोबाची कृपा आहे म्हणायचे. नाही तुटला, तर देवाला कौल लावायचा. त्याची भाकणूक करीत रात्र जागवायची. हा कैक पिढ्यांचा रिवाज होता.

पुन्हा एकदा 'यळकोट'ची गर्जना उठली. व्हरलांनी वाद्यांचा कल्लोळ केला. निळ्याने त्या अजस्र साखळदंडाला पहिला हिसका मारला. साखळदंडाच्या कड्यांचा केवळ आवाज झाला. झिंगलेला मांग पहिल्या सलामीतच शुद्धीवर आला. जत्रा पुन्हा जोराने गरजली, 'यळकोट. यळकोट घे.'

निळ्या दुसरा हिसका मारणार, इतक्यात तुळशीरामाला कुणी तरी डिवचले. त्याने मागे वळून पाहिले. डिवचणारा विठ्ठलच गावातली खबर घेऊन पोचला होता. त्याने मान डोलावली तसा तुळशीराम झटक्याने तिथून हलला. गर्दीतून वाट काढीत मोकळ्यावर आला. सारी पाटील मंडळीही जत्रेतून बाहेर पडली होती. कसल्यातरी संशयास्पद आनंदाने ती सर्वजण घोळामेळाने गावाकडे

निघाली. तिकडे निळ्या हिसके मारीतच होता. यात्रा आरोळ्या ठोकीतच होती, 'यळकोट यळकोट घे ऽ खंडेराया-'

देवळापुढचा जल्लोष आणि यात्रेचं औत्सुक्य तिथेच ठेवून तुळशीराम पाटील आणि मंडळी तडातापडी गावात पोचायला पाचदहा मिनिटे पुरली. बरोबरच्या मंडळींना तुळशीराम म्हणाला, "तुम्ही बसा पारावर. मी सोता एक डाव बगून येतो." आता मंडळी गावात आली होती.

"म्यां पाह्यलंय ह्या डोळ्यांनी"-खबर आणलेला विठ्ठल म्हणाला.

"सारीच जाऊ या की त्याच्या घरावर!" एक हुमनदांडगा पाटील बोलला.

"नको. गावानं कशाला तेच्या दारी जाया होवं? त्यो यील गुडग्यावर चालत. बसा, मी आलो."

तुळशीराम झटक्याने मावळतीच्या अंगाला वळला. दिवसाचं चक्कर आता त्याच्या तोंडासमोर आलं होतं. खबऱ्या विठ्ठल उगीचच पाटलाच्या पाठोपाठ चालू लागला. न जाणो, एकलकोंड्या पाटलाला दगाफटका झाला तर, असा विचार त्याने केला.

मुसलमानाच्या आळीत चिटपाखरू नव्हते. सारी माणसे खंडोबाच्या देवळाकडे गेली होती. म्हातारी खाला बाबुलालच्या सोप्यात डोळे मिटून बसली होती. तिचे मरतुकडं कुत्रं वेटोळे करून अंगणात पडले होते. तुळशीरामाच्या चाहुलीने त्याने फक्त मान वर केली. ते हललं नाही की भुंकले नाही.

तुळशीराम पुढे आला आणि शिराझ आबाच्या घरापुढे सावधगिरीने थांबला. विठ्ठल मागेच होता. त्याचे तसे येणे तुळशीरामाला फारसे आवडलं नाही.

'ऐका' विठ्ठल हलक्या आवाजात म्हणाला. शिराझ आबाच्या कौलारू घरातून कुणाचे तरी संवाद सुस्पष्टपणे ऐकू येत होते. लाडात आलेला पुरषी आवाज मुद्दाम उर्दू बोलीत बोलत होता. बायकी आवाजाला लवंगी मिरच्यांच्या ठेच्याचा ठसका होता.

"गाँववालोंको पता चला तो?"

"काय व्हतंय? मी काय लागत्येय रं गावाचं? तुझ्याशिवाय कोन हाय मला?

"मेरी जोरू?"

"मातीत बशीव तिला. मी न्हाई माज्या घरावर इस्तू ठिवला? तू बी ठिव."

"यहाँ रहना मुष्कील होगा"-

"चल मुंबईला. चल धुळ्याला. चल मोर्चापुरला. तुज्यामागची कुत्री मी, कुठं भागानगराला नेनार असलास, तकडं यीन."

"माना. लेकिन-"

"आता लेकिनबिकिन नगं करू. माजी धी तुज्या वट्यात घातलीय म्या."

"चांगेऽ"

"माजा बादशा रं तू!"

तुळशीराम पाटलाचे सारे अंग भडकले. ती प्रेमी कबुतरे त्याला सायसंगीत सापडली होती. अगदी हलक्या आवाजात त्यानं हाक मारली—

"विठ्ठल!"

"जी"

"हो आत"

"आनि?"

"आनि सांग तेला. पारावर गाव जमलाय. तुला बोलावलंय."

"यील?"

"त्याचा बा यील"

"ती बाय?"

"तिला पन आन पदर धरून."

"पाटील!"

"जा की, मी हाय!"

विठ्ठल दारातून आत गेला. ती दोघे एकमेकांच्या कवेतच होती. विठ्ठल खाकरला. रहिम्या मुसलमान गांगरून उभा राहिला. ढोराची चांगुणा निलाजरेपणानेच बाजूला झाली. तिला पदराचे भान नव्हते की चोरटेपणाची जाण नव्हती. रहिम्याशी बोलायचे ते सोडून, तरणा विठ्ठल तिच्याकडेच बघत राहिला. चांगुणा ठेंगणीठुसकीच; पण रानजाईच्या झुडपासारखी मातलेली होती. सर्वांगांनी फुलारली होती. तिच्या नखऱ्याच्या धुंद वासाने विठ्ठल देखील चकरावल्यासारखा झाला. विठ्ठलकडे बघत तिने पडला पदर हाती धरला आणि डावी भुवई उंच चढवली. विठ्ठल हैराण झाला. तितक्यातल्या तितक्यात त्याला रहिम्याचा हेवा वाटून गेला. तुळशीराम पाटील बाहेर उभा आहे, हे त्याच्या ध्यानात होते, म्हणूनच तो स्वत:ला सावरू शकला. ते लुसलुशीत खाजे त्याच्या डोळ्यांना भुरळ घालण्याइतके नवलाचे होते खास. तिचे गोरेपान गाल, डाव्या गालावरचा तीळ, संतापाचा आविर्भाव, सारेच खाऊन टाकण्याइतके मिठ्ठास होते. विठ्ठल मोकळा नव्हता. त्याने रहिम्याला म्हटले—

"रहीम!"

"जी."

"चल!"

''कुठं?''

''पारावर.''

''का?''

''गाव जमलाय. असाच्या अस्सा चल.''

''पंचायत?''

''न्हवं. गावकी.'' विठ्ठलने गावकी शब्दाखाली खरमरीत रेघ मारली.

आणखी प्रश्न विचारण्याची हिम्मत रहीमला झाली नाही. तो गावाचा ऋणाईत होता. उभ्या गावात मुसलमानांची दोनच घरे होती. गावकऱ्यांच्या आधारावर ती उभी होती. रहीमची तिन्ही भावंडे कधीच मुंबईला जाऊन स्थायिक झाली होती. आईबाप इथल्याच मातीत मिसळले होते. गावचे मराठे सागुती खात होते. बकऱ्यावर सुरी चालविण्याच्या कामासाठीच त्यांनी रहीमला सांभाळला होता. त्याची शेती गावचे शेतकरीच पिकवीत होते. गावच्या विरुद्ध जाणे त्याच्या ताकदीबाहेरचे होते. परगावी जाऊन त्याचे निभण्यासारखे नव्हते. त्याला पाच पोरे होती. वयाने चाळिशी गाठली होती. ऐन वयात कसल्यातरी अपघाताने त्याच्या दोन्ही कानांना ठार बहिरेपणा आला होता. गावाचे कुंपण ओलांडणे त्या काळ्या मेंढराला परवडण्यासारखे नव्हते.

त्याने मुकाट्याने खमीज चढवला. मघा तो चांगुणेशी चावटपणा करीत होता. विठ्ठलसमोर तिचा निरोप घेण्याइतकी उजागिरीही त्याला उरली नाही. चांगुणा हात कमरेवर ठेवून, विठ्ठलाच्या येण्यावर डोळ्यांनी थुंकत होती. रहीम जायला निघाला तशी तीच होऊन म्हणाली, ''मी जाते वाडीकडं, उद्या भेटंन!''

''चांगे,'' विठ्ठल उगीच छाती फुगवून ताठला. पडक्या उभारीनं बोलला- 'तुला पन आलं पायजे!''

''कुठं?''

''पारावर-''

''मी न्हाई याची. वाडीला जाऊन कातडी आनायची हाईत. बा माळशिरसला गेलाय.''

''चल म्हन्तो तर-'' विठ्ठल गुरकावला.

''शाप येनार न्हाई मी'' असे सांगून, तिने कोपऱ्यातली डालपाटी उचलली आणि विठ्ठलला चक्क ओलांडून, भोरडी भिरभिरत जावी तशा भराक्यानं ती निघून देखील गेली. बाहेरच्या लिंबाऱ्यापाशी थांबलेल्या तुळशीराम पाटलाने डोळे थोराड केले; पण त्याच्या दृष्टीला तिचा पाठमोरा फणकाराच तेवढा जाणवला. गव्हाची राने हुंदडीत एखादी वाऱ्यावरची अवखळ लहर निघून जावी,

तशी ती बेछूट निघून गेली. तिच्या चवचाल पदराने हवेवर चपराका मारल्या. चोळीखालच्या गोरट्या पाठीने तुळशीरामच्या कोंबड्याला पाटीखाली डालून टाकले. ती गेली. दिसेनाशी झाली.

दिवसाचा देव धारेवर पोचला. पारावरच्या जुनाट लिंबाने आपले शेंडे लाल रंगात रंगवून घेतले. लिंबातळी जमलेल्या पाटील मंडळीच्या डोक्यांत संतापाची आग कोंदटली. तुळशीराम आणि विठ्ठल आले आणि वर चढून जाग्यावर जाऊन बसले. अपराधी रहीम मान खाली घालून समोर उभा राहिला. एक धुमसती शांतता उगीचच साऱ्या पाराला प्रदक्षिणा घालू लागली. एक, दोन, तीन, चार, पाच, सहा, सात, आठ... त्या शांततेला तुळशीरामानेच हटकले. दूर बसलेल्या विठ्ठलला त्याने विचारले- "रामुशी न्हाई कारे कुणी?"

"खंडुबाच्या जत्रेत हायीत सारी"-

एवढ्यात उगवतीकडचा गलगा कानावर आला. जत्रा परतली. त्या गलग्याकडे ध्यान देत कुणी म्हणाला,

"जत्रा फिरली?"

"व्हय वाटतं," विठ्ठल बोलला.

सारीचजणं जत्रेच्या दिशेने पाहू लागली. सांजेच्या प्रकाशात चार दोन गडी पाराकडेच वळताना दिसले. त्यांच्यामागेही कलकलता घोळका येतो आहेसे दिसले. एक म्हातारासा शेतकरी मागंपुढं बघत अगदी पाराच्या पायऱ्याशी आला. पाटलाने विचारले,

"का हो नाना, लंगर तुटला न्हाई का देवाचा?"

नानाने काही उत्तर दिले नाही. चारीपाची पायऱ्या चढून तोही पारावर आला. नीट माणसांत येऊन बसला. तोवर सारे कान त्याच्याकडेच लागले होते. तो बेताने बोलला,

"लंगर तुटला न्हाई!"

"जत्रा बरी फिरली?" कुणीतरी विचारले.

"मांग मरता मरता वाचलं"-

"म्हणजे?" दोघांतिघांनी एकदम विचारलं.

"निळ्याला रक्ताची वांती झाली. साखळी तोडता तोडता."

यंदा लंगर तुटलाच नाही याची सर्वांना खात्री पटली. पेटलेला तुळशीराम मग मोठ्यांदा बोलू लागला. म्हणाला, "गावात अशी दडगी पापं चालल्यात. कसा तुटावा द्येवाचा लंगर?"

"कसलं पाप?" एकाचे जाणते कुतूहल विषयावर आले.

“हे मुसलमान पकडून आनलाय आज गावाम्होरं,” तुळशीराम रहीमकडे बोट दाखवीत म्हणाला. रहीमने मान खाली घातली. अंधारल्यासारखे झाले, तेव्हा सारेजण डोळे थोरले करून अपराधी रहीमकडे पाहू लागले. तो दणगट पुरुष झुकून उभा होता. जत्रेच्या झुंडी पाराच्या रोखाने आल्या. मुलेबाळे बायाबापडे, गावकरी, पाहुणे सारे होळीच्या टेकावर, पाराच्या अवतीभवती जमा झाले. काही ऐकण्याबघण्यासारखे असल्याच्या जाणिवेने सारे दाटणीवाटणीने बसले. यात्रेतून परतणारी गॅसबत्त्यांची एक ओळ तेवढ्यात तुळशीरामाने थांबवली. गड्यांनी माथ्यावरच्या बत्त्या खाली ठेवल्या. अंधारात भरलेल्या न्यायसभेला अनायासे दीपदान झाले. एखाद्या सभेसाठी जमावी इतकी गर्दी गावमध्यावर जमली.

“नाईक हाय का कुनी?” तुळशीरामाने पाटिलकीचे अधिकाराने नव्याने हरळी दिली.

‘जी’ दामू रामोश्याने पाटलाच्या हाकेला ‘ओ’ दिली. तो अजिजीने पळत आला. “असाच जा वाडीकडं, आनि ढोराच्या चांगीला घेऊन ये अशील तशी.”

“जी” त्या अंधारल्या वेळी तो हुकमाचा चाकर वाडीरस्त्याकडे वळला. न्यायाचे काम सुरू झाले. जमलेल्या गर्दीत रहीमची पोरे आली होती. त्याची बीबीही होती. पुढे येण्याचे धारिष्ट तिला होणे शक्यच नव्हते. रहीम अंग चोरून उभा होता. पारावरच्या बत्तीचा उजेड तो टाळीत होता. त्याच्या अंगावरचे सारे कपडे घामाने ओलेचिंब झाले होते. एखाद्या पंचरशी पुतळ्यासारखा दिसणारा तो रेखीव माणूस फार हतबल झाला होता. त्याची उंची ठेंगणी ठरली होती. त्याचे भरीव हातपाय लुळे पडल्यागत झाले होते. त्याचे सरळ सुबक नाक आज नगरीपुढे खाली झाले होते. नकटे ठरू पाहत होते. त्याच्या बहिऱ्या कानांत कानठळ्या बार काढीत होत्या.

“रहीम”–तुळशीराम बोलला. साऱ्या समाजाला ऐकू जाईल इतक्या मोठ्याने बोलला.

“जी मालक” रहीमने कापरे उत्तर दिले. विचारणाराची ताकद त्याला माहीत होती.

“ढोराची चांगी तुज्या वळकीची हाय?”

“जी.”

“तुज्याकडं तिचं जानं येनं होतं?”

“जी.”

''तिचा नवरा उलथलाय?''

''जी''

''ती बाच्या घरी ऱ्हाते?''

''जी.''

''तू गावकरी आहेस?''

''जी.''

''गावाची आगळीक तू करूं नेस.''

''जी.''

''केलीस का ऱ्हाई?''

''केली.'

''काय केलंस!''

रहीम गप्प झाला.

''केलंस ते सांगताना का बाचकतोस?'' तिरीमिरी येऊन तुळशीराम पारावर उभा राहिला.

''गाव तुझ्या खुदब्यासाठी वळ देतं. पिराची कंदुरी करतं, डोला सजवतं. आलावा नाचतं. गावानं तुला दूर ढकललं ऱ्हाई. तू गाव नासलास? नासलास का ऱ्हाई?''

रहीमला बोलवेना. तो पटकन खाली बसला. तुळशीराम पाटलाने पारावरून खाली उडी घेतली. रामोश्यांना हांका घातल्या. लढाईतला मर्द नाचावा तसा तो नाचू लागला.

''सखा, सुभाना, राम नाईक. धरा त्याला अन् आना पारावर. कासरा आना बामन वाड्यातला अन् बांधा याला लिंबासंगं!''

पारावरची माणसे पटापट उतरली. गावच्या रामोश्यांनी रहीमला उठवला. जवळजवळ उचलूनच पारावर नेला. उभा राहता करून त्याला खरोखर दोरांनी लिंबाच्या बुंध्याशी बांधला. हात मोकळे राहिले. देह जखडला. रहीमबद्दलची दयामाया कुणाच्याच काळजात उमटली नाही. सारी कुजबूज त्याला लाखोली वाहू लागली. त्याने हूं का चूं केले नाही.

''हेला सजा काय करावी?'' तुळशीराम ओरडला. न्यायाधीशाला न्याय कोण सुचविणार. पाटलाचा शब्द गावलेखी कायद्याचा कायदा होता. पाटलासारखे उधाण साऱ्यांना आले.

''हाना पायतानांनी-'' एकाएकीच झुंडीच्या झुंडी पाराकडे धावल्या. मग परिस्थिती कुणाच्याच काबूत राहिली नाही. पोराठोरांसुद्धा साऱ्यांनी जाऊन,

त्या पापी माणसाच्या थोबाडात जोडे मारले. रहीमचे अंग रक्तबंबाळ झाले. ओठांच्या कोपऱ्यातून रक्त निथळू लागले. कोणी म्हटलं तर, कोणीदेखील त्याला वाचविण्याचा उपाय काढला नाही. त्याचा अपराधच तसा होता. त्याच्या करणीनेच गावच्या दैवताचा लंगर आज अतूट राहिला होता. कधी घडला नव्हता असला अपशकून आज साऱ्या गावाच्या वाट्याला आला होता.

कुत्र्यांच्या झुंडीत सापडलेल्या सशासारखा रहीमचा चेंदामेंदा झाला तेव्हा गर्दी हटली. बायाबापड्या घरोघर निघून गेल्या.

''तेच्या बायकूकडनं मारा त्याला, सोद्याला.'' कुणीतरी तशातही सुचविले; पण त्याची बायकापोरं कधीच निघून गेली होती. नेमके हीच टिप्पण साधून चांगुणा आली. दामू तिला पुढे घालून घेऊन आला. उसळली तरी नागीण सरळ चालते थोडीच. तसल्याच, डोळे बिथरवणाऱ्या चालीने ती पारापाशी आली. तिला पाहून गर्दी कोलमडली. ''हां, बरी आली येसवा. नाक घास नगरीपुढं, पुन्ना हुंबऱ्याबाहिर पडनार नाई, असं म्हन तोंडानं!'' एका म्हाताऱ्या पाटलाने बाई म्हणून तिची कणव करण्याची खटपट केली. बावरलेल्या हरिणीसारखी चांगुणा पारावर आली. झाडाशी बांधलेल्या रहीमची दुर्दशा बघून तिच्या काळजाची चाळण झाली. प्रीतीचा कढ तिच्या सर्वांगीं उसळला. ती पारावर चढली.

''अरं माझ्या कर्मा'' असं म्हणून ती रहीमच्या जखमा कुरवण्यासाठी वाकली. तुळशीराम पाटलाने तिला दंडाला धरून मागे खेचली. स्वतःच्या पायांतली वहाण काढून तिच्या हाती देत तो म्हणाला– ''हान एक तेला. साऱ्या गावानं जोडं मारल्यात त्याच्या टाळक्यात.''

फाटेपर्यंत ताणलेल्या डोळ्यांनी चांगुणेने तुळशीरामाकडे पाहिलं. ती वहाण खाली टाकली.

''रहिम्या, घे ती वहाण अन् हान या येसवेच्या गालफडांत'' पाटील ओरडला.

अर्धमेल्या अवस्थेतही रहीमने हालचाल केली. कुणीतरी ती वहाण खरेच त्याच्या हाती दिली. त्याच्या हाताला बळ कसे ते उरलेच नव्हते.

''हान्'' तुळशीराम ओरडला. दातीखाती येऊन ओरडला.

त्याने लटक्या हाताने ती वहाण चांगुणेकडे टाकली. ती तिच्या पदराला चाटून गेली. इष्कबाजी करणाऱ्या आषूकमाषुकांनी एकमेकांना जोड्यांनी हाणावे, मग नगरीने त्यांना क्षमा करावी हा विचार तुळशीरामाला कसा सुचला कोण जाणे.

"तू हान येसवे!" पाटील चांगुणेला ओरडला. "जीव गेला तरी मी तेच्यावर हात उगारणार न्हाई," चांगुणा वेड्या निश्चयाने बोलली आणि आपल्या याराच्या दिशेने पुना झेपावली. उरलेला समुदाय भुतासारखा भडकला. सर्वांनी साधेल त्या मार्गांनी तिच्या तरण्या लुसलुशीत शरीरावर प्रहार केले. लाथा बुक्या-काठ्या-जोडे. मातलेल्या जनावरांच्या धुमश्चक्रीत ती जाईची वेल फाटली. ओरबडली गेली. असहायपणे खाली कोसळली.

"अजून हान जोड्यानं त्या रहिम्याला. शपथ घे अन् हो मोकळी" तुळशीराम म्हणाला.

तशाही अवस्थेत तिनं मानेनं नकार दिला. तिचा बाईपणा निकोपच राहिला होता.

"रहिम्या" तुळशीराम कडकडला, "शपथ घे गावाम्होरं. हिचं तोंड बघनार न्हाई अशी. गाव खोळंबलय!"

"मी पुना या येसवेचं तोंड बघनार न्हाई अल्लाची कसम!" रहीम थरथरत सारे वाक्य बोलला. चांगुणा भुईवर पसरली होती. तिच्याकडे त्याने नजरदेखील फिरवली नाही. ते चुरगळलेलं शरीर गावकऱ्यांनी तिच्या बापाच्या खोपटात नेऊन टाकले. रहीम आपल्या वस्तीपर्यंत पोचला. त्याने शिक्षा भोगली होती. गावकऱ्यांपुढे नाक घासले होते. रामोश्याच्या गड्यांनीच त्याला घरापर्यंत नेला. त्याच्या कच्च्याबच्च्यांच्या हाती त्याला सुपूर्द केला.

बहिरा रहीम अजून गावपांढरीत नांदतो आहे. चांगुणाने मात्र वाकळ धरली ती धरली. ती पुन: उठली नाही. ती मेली. जुनी पुराणी झाली.

ढोरवाड्यातल्या बायका आपसांत बोलताना अजूनदेखील भीत भीत बोलतात. "गावाफुडं शानपन न्हाई. पाटलाचं एकूनएक पोर मरत हुतं चांगीवर. तिला रांडेला मरन आलं त्ये त्या रहिम्यापायी. पाप सादलं न्हाई तेनी न्याव केला, काय म्हणायचं या भोगाला!"

चांगुणेचे नाव अजून निघते. एखाद्या तमासगीर पोरीचे देखणेपण सांगताना गावातले जवान म्हणतात, "पोरगी अक्षी माल होती. ढोराच्या चांगीचीच तसबीर-!"

◆◆◆

पांढरीचा भेंडा

गाव मारुतीच्या देवळासमोर, गावातल्या पोराठोरांनी ते ध्यान पाहिले मात्र, त्यांना एक करमणुकीचा विषय मिळाला. टाळ्या पिटीत, आरोळ्या मारीत, त्यांनी त्याचा पाठलाग सुरू केला. त्याने काही बोलण्यासांगण्याचा प्रयत्न केला; पण चेकाळलेली पोरटी बधली नाहीत. त्यांनी त्याला सळो की पळो करून सोडले. तिठ्यावर त्या बापड्याला गराड्यात घेतले. सुटका करून घेऊन पळू लागताच, त्याच्या पाठीवर बचके एवढाले दगड मारले. तो अगदी मेटाकुटीस आला. जळता दिवस डोक्यावर आला तरी, आधीच हैराण झालेल्या त्या कुरूप ध्यानाची पोरांच्या काचातून सुटका झाली नाही. शिकारी कुत्र्यांनी एखादे जखमी सावज रानोमाळ ताणावे, तसे पोरांनी त्याला गावभर ताणले. त्या अनामिकाच्या तोंडाला कोरड पडली. थकलेले पाय त्याला उचलेनासे झाले. दगडाच्या माराने पाठ बधिर होऊन गेली. झीट आल्यासारखी होऊन, तो आता खाली कोसळणार एवढ्यांत देवानेच त्याचे गाऱ्हाणे ऐकले. गावचे सरपंच सहजच त्या दिशेला आले आणि त्या घायाळ जीवाला आसरा लाभला. पोरांच्या साखळीतून सुटून त्याने पंचांचे चालते पाय पकडले.

"अरे, हे काय? कोण तू?"

तो विचित्र मुद्रेचा तरुण असहाय्यपणे पाटलांच्या पायांशी धुळीत बसला. अर्धे रडे आणि अर्धे शब्द अशा कोरड्या ओल्या भाषेत त्याने सांगितले.

"तुमचाच गावकरी हाये मायबाप!"

त्याची ती अवस्था पाहून पोरांच्या खोडगुणीपणाला आणखी उधाण आले. 'च्यायला सोंगाड्या' म्हणत त्यांनी परत गिल्ला केला. पाटलांनी डोळे

विस्फारले. दटावणीच्या स्वरात त्यांनी पोरांना धमकावले- 'ए, गप्प बसा. जा बघू आपापल्या घरी. नाहीतर वादाडे देईन एकेकाला.'

पाटलांच्या सांगीने पोरे पांगली. तो विचित्र मुद्रेचा तरुण उठून उभा राहिला. उन्ह नुसते उतू जात होते. पाटलासारख्या जाणत्यालाही त्या तरुणाचा मुखडा पाहून मळमळल्यासारखे झाले. ठेंगणी उंची, अंगात मेणचट बुशशर्ट, मळका पायजमा. त्याला उभ्या चिरफाळ्या गेलेल्या. काळा मळकटलेला अंगरंग. डोक्यावर राठ तुरळक केस. बटबटीत डोळे. फेंफाणे नाक आणि तशात तोंडावर देवीचे वण. वरचा ओंठ टोकापासून नाकापर्यंत चिरलेला. आतले दात बाहेर आलेले. त्या बिचाऱ्याला धाप लागली होती म्हणूनच पाटलांना कणव आली.

"इथलाच तू?" त्यांनी विचारले.

"जी."

"कुणापैकी?"

"बुधांतला हाय जी मी"-

"इथला?'

"जी."

"मी तर आज पाहतोय तुला."

त्या किळसवाण्या तरुणाला पुढे बोलणे सुधारेना. जीभ टाळ्याला चिकटली होती. पाटलांच्या ते लक्षात आले. कनवाळू सादाने ते त्याला म्हणाले-

"पाणी पाहिजे का तुला?"

त्याने मान हलवली.

'चल' पाटील म्हणाले. पुढे चालू लागले. पायांना ओढून नेत त्याचेही शरीर पाटलांच्या पाठोपाठ चालू लागले. जाताना तो पुन:पुन्हा मागे वळून बघत होता. न जाणो, ती पोरट्यांची भुतावळ परत पाठलाग करायची. ग्रामपंचायतीच्या ओटीवर त्याला थंडगार पाणी मिळाले. सावली लाभली. थोडका विसावा सापडला. त्याची वरधापही थांबल्यागत झाली. मग सरपंचांनी विचारले, "या गावच्या महारांपैकी आहेस तू?"

"जी."

"कुणाचा कोण?"

"बयाजी महाराचा पुतण्या."

"बयाजी वेसकर?"

त्याने मान डोलावली.

"बयाजी शिदनाक?"

त्याने पुन: मान डोलावली. पाटील आणखी बुचकळ्यात पडले. त्यांनी पंचायतीच्या शिपायाला बुद्ध वस्तीकडे पाठवला. बयाजीला ताबडतोब घेऊन येण्याविषयी सांगितले. सरपंचाच्या बोलावण्याचा मान करून बयाजी टाकोटाक आला.

"याला ओळखतोस?" सरपंचांनी विचारले.

खांबाशी टेकून बसलेल्या ध्यानाकडे पाहत बयाजीने नकारार्थी मान डोलावली आणि तो थोड्या मोठ्या स्वरात स्वत:शीच पुटपुटला-

"कुठनं आलाय काय की बा वान्नेर!"

"तो म्हणतो, तू त्याचा चुलता आहेस!" सरपंच शिंदे पाटील बोलले आणि बयाजी खो खो हसू लागला.

सरपंचांना ते बरे वाटले नाही. सरपंचकीचा बहुमान त्यांना लाभला होता; पण तसे ते वयाने फार नव्हते. गावच्या पंचक्रोशीत दोन मोठाल्या शाळा झाल्या होत्या. गावचा अडाणीपणा नव्या पिढीकडून जुन्या पिढीकडे निवळत चालला होता. त्या ओघात हा तरणाबांड पोरगा गेल्यासालीच बहुमताने निवडून आला होता. शिक्षणाचा संस्कार आणि मूळचे घराण्याचे भलेपण पाटलांच्या अंगी अंगभूतच होते. हसणाऱ्या बयाजीला मवाळपणे डाफरीत, ते म्हणाले, "हसतोस काय बयाजी, खरं सांग."

"आईच्यान पाटील, ह्यो माजा कोन न्हवं!"

"काय रे?" पाटलांनी मग त्या ध्यानाला विचारले.

ध्यानाने खालचा ओठ बाहेर काढला आणि ते स्फुंदू लागले. पाटलांनी शिपायाला हाक मारली आणि सांगितले, "ह्याला आमच्या वाड्यावर घेऊन जा. जेवू खाऊ घाल. मग पाहू काय ते." पाटील उठले. ध्यानालाही उठावे लागले. तो त्या शिपायामागोमाग पाटलांच्या वाड्याकडे गेला.

तळपणारा दिवस मावळतीला कलला. पाटलांच्या ढेलजेत हातपाय पोटाशी घेऊन निजलेला तो कुरूप पोरगा जागा झाला. बापडा लागोपाठ किती दिवस उन्हातान्हात भटकत होता कोण जाणे. भर दुपारच्या झोपेने आज त्याच्या शरीराला सुख दिसले. उठून बसताक्षणीच त्याला जाणवले, आज आपण आपल्या स्वत:च्या गावी आहोत. साऱ्या गावाचे पुढारीपण करणाऱ्या

पाटलाच्या ढेलजेवर आहोत. गावच्या काळीत पिकलेल्या धान्याची भाकर आज आपल्या पोटात गेली आहे. बुडाखालची धरती आपली आहे. माथ्यावरचे छप्पर आपल्या गावकऱ्याच्या मालकीचे आहे. जन्मात पहिल्यांदाच तो आपल्या जन्म गावी आला होता. आईचा स्पर्श लेकराला जाणवतो, तसाच गावच्या धरणीचा स्पर्श त्याला जाणवत होता. डोळ्यांपुढचा अंधार सरला नव्हता; पण उद्याचे स्वप्न पाहण्याची शक्ती डोळ्याकाळजाला आपसूकपणे आली होती. पाटलांच्या वाड्यात असल्याने आपण सुरक्षित आहोत हे त्याला उमगले होते. पाटीलवाड्याच्या भल्या मोठ्या दरवाजात उभे राहून, आपण आपल्या जन्मगावचे दर्शन घेतले, तर उंडग्या पोरांचा दगड आता आपल्या पाठीत बसणार नाही; हेही त्याने ओळखले होते. तो उठला. दोन पायांवर ताठ उभा राहिला. आंबल्या अंगाला चार आळोखेपिळोखे देऊन, त्याने थोडकी हुषारी घेतली. ढेलजेच्या अडीच पायऱ्या उतरून तो दरवाजाकडे वळणार, एवढ्यात पाटीलच समोर आले. त्यांच्या बरोबर एकदोन म्हातारे गावकरी होते.

"हाच तो पोरगा," त्या म्हाताऱ्या गावकऱ्यांना उद्देशून पाटील म्हणाले.

त्याने नमस्कार केला. ढेलजेच्या कोपऱ्यावर बूड टेकीत त्यांतल्या एका म्हाताऱ्याने विचारले, "नाव काय तुझं?"

"सदा" त्या ध्यानाने सांगितले.

"सबंध नाव सांग," ढेलजेवर बसत बसत दुसरा वृद्ध बोलला.

"सदा रामा झोडगे."

पाटीलही त्या दोन वृद्धांशेजारी बसले. त्या वृद्ध गावकऱ्यांच्या चेहऱ्यांवरचा अभिप्राय न्याहाळू लागले. सदालाही त्यांनी बसण्याची खूण केली. दोन ढेलजांच्या बोळकंडीत सदा अंग चोरून बसला. भुकेजल्या कावळ्यासारखा तोंड वासून माना वेळावीत गावकऱ्यांकडे पाहू लागला. वेषावरून ब्राह्मण दिसणारे वृद्ध गावकरी, मळेकरी आणि माळकरी दिसणाऱ्या समवयस्कराला म्हणाले–

"नाना, आपल्या गावच्या महाराचे आडनाव झोडगे आहे हे अगदी सरळ आलं. शिदनाक वेसकराला बयाजीपेक्षा धाकटी पोरं होती की नाही, हे काही आठवत नाही मला."

"व्हती तर काय झालं! ह्येनं नाव सांगितलं तवाच ध्यानी आलं माज्या. रामा म्हार नावाचा प्वोरगा व्हता. चावडीपुढं गानी म्हनायचा शिमग्याच्या

वक्ताला. जगायला म्हून परागंदा झाला. कुठं गेला कुनास ठाव. पन व्हता ही गोष्ट मात्र खरी.''

गावच्या वडीलधाऱ्या कारभारी माणसांना सदाच्या वंशकुळाचे धागेदोरे सापडत आहेत हे पाहून सरपंचांना बरे वाटले. सदानेही आपले उघडलेले तोंड मिटले. मग सरपंच त्याला उद्देशून बोलले.

''तुझा जन्म कुठं झाला, सदा?''

''सोलापुरात.''

''मग आत्ता आलास कुठून तू-?''

''ममईस्नं. माज्या नहानपणीच आमी ममईला आलो. मी पाच वर्सांचा असंन तवा आई दुसरा नवरा करून गेली. मी बापाजवळच राहत होतो. त्याला गिरणीत काम व्हतं. गिरणगावात खोली होती आमची. कागद लिहून इचारा हवं तर. मोप माणसं हायेत आपल्याकडची. पाच वर्सं झाली. बाप मेला. ती जागाही गेली. वाईट पोरांच्या संगतीनं मी करू नये ते केलं मायबाप. गेल्या पंधरवड्यांत कुर्ल्याच्या टेशनावर एक आपल्याकडचा गडी भेटला. बोलता बोलता मी आपल्या गावाचं नाव सांगितलं. तवा तो म्हन्‌ला- ''आता तुझ्या गावात सोन्याचा धूर निघतोय. गावात कालवा आलाय. केळीच्या आणि दराक्षाच्या बागा झाल्यात. मला उगीचंच वाटलं मायबाप, शहरात उपाशी मरण्यापेक्षा आपण आपल्या गावी जावं. म्हणून आलो मायबाप. चुलत्याच नाव नहानपणापास्नं ठावं व्हतं. चुलता भेटला, गाव भेटलं, पण मला कुणी वळखंना मायबाप, आइच्यान मी तुमच्याच गावचा आहे. तुमच्याच पांढरीचा भेंडा.'' सदा फार कळवळून बोलला. भलेबुरे दिवस पाहिलेले ते दोन गावकरी त्याच्या काकुळतीने गहिवरले. कर्तृत्वाने गावचे पुढारीपण घेतलेल्या शिंदे सरपंचांना त्याची चित्रकथा फारच महत्त्वाची वाटली. अधिक पुराव्याच्या चौकशीत न पडता हा थराचा धोंडा थराला बसवलाच पाहिजे, असे त्यांच्या मनाने घेतले. आपल्या नेहरू सदऱ्याच्या खिशांतून दहादहाच्या दोन नोटा काढीत ते सदाला म्हणाले, ''तू असं कर सदा, हे पैसे घे. सोलापूरला जा. तिथल्या म्युनिसिपालटीत तुझ्या जन्माचा दाखला मिळेल तो घेऊन ये. मग बघू.''

सदाचा चेहरा उजळून आला. प्रसादाला पसरावी तशी त्याने आपल्या हातांची ओंजळ पसरली. स्वत:च्या गावच्या सरपंचानं दिलेली ती लक्ष्मी त्या अनिकेत जीवानं मोठ्या बंदोबस्तानं आपल्या पायजम्याच्या खिशात ठेवली.

"शुभस्य शीघ्रम्-" तात्या कुलकर्णी म्हणाले, "साडेसाताला येते सांगोल्याला जाणारी एस.टी. असाच जा आणि जन्माचा दाखला घेऊन ये."

आठवड्याभराने, सदा आपल्या जन्माचा दाखला घेऊन परत आला. वडीलधाऱ्या मंडळींनी तो शिदनाकाचा नातू असल्याचा निर्णय दिला. बयाजीलाही नकार देता आला नाही.

पिढ्यान् पिढ्या मिठाऐवजी डोळ्यांतले पाणी भाकरीला लावून खाणारी महार जमात, अगदी अलीकडेच सुखी झाली होती. गावच्या दक्षिणांगाला असणारी म्हारवड्याची इनाम जमीन सरकारने रयताऊ केली होती. नव्याने आलेला कालवा म्हारांच्या 'म्हारकी'तूनच आला होता. 'म्हारकी'चा माळ भरमसाट पिकू लागला होता. शिदनाक वेसकरांची सगळी जमीन एकट्या बयाजीला मिळाली होती. अवघ्या तीन वर्षांत त्याचे दारिद्र्य फिटले होते. वेठ आणि हेलपाटे यां खाली मरणारा बयाजी वेसकर गावातला एक धनंतर शेतकरी बनला होता. असतकऱ्यालाच उदारपणा सुचतो. सरपंचासारख्या वजनदार गावकऱ्यांनी हमी भरल्यावर सदाशी असलेले नाते नाकारणे बयाजीला शक्य झाले नाही. पाटलाच्या वाड्यात बसूनच बयाजीने वडिलार्जित 'म्हारकीच्या' वाटण्या केल्या. होती त्यातली अर्धी जमीन सदाच्या नावे झाली. पांढरीचा भेंडा पांढरीवर विसावला.

गांवचे पुढारी पाठीशी असल्यामुळे, सदाला जमिनीचा कबजाही मिळाला. आपल्या मालकीची ती हुरमुजी रंगाची जमीन पाहून सदाला आनंदाचे भरते आले. त्याची मुशाफरी संपली. आपल्या रानातच एक घोडेखोप घालून तो राहू लागला. चुलत भावंडांच्या बरोबरीने तो राबू लागला. आपली भाकरी आपण भाजून खाऊ लागला. एवढा स्थिरपणा, एवढे सुख, त्या बापड्याला आयुष्यात कधी मिळाले नव्हते. बापाच्या मरणानंतर ते बेवारशी पोर चुकलेल्या वानरासारखे हवे तिथे भटकले होते. कैक वेळा उपाशी राहिले होते. कैकदा अनीतीच्या रस्त्याला गेले होते. करू नये ते करून चुकले होते. थोडा स्थिरावा लाभल्यावर सदाला कळून चुकले की, गावकऱ्यांच्या सांगीप्रमाणे बयाजीने वडिलार्जित जमिनीचा अर्धा वाटा पुतण्याला दिला; पण देताना एक चलाखी केली. गावचे माळरान पाणथळापेक्षा सुपीक करणारा गिरडीचा कालवा 'म्हारकी'च्या मधोमध वाहत होता. कालव्याच्या खालच्या अंगाची जमीन बयाजीने आपल्याकडे ठेवली होती. वरचा भाग पुतण्याला बहाल केला होता. पायागती पाणी असूनही

सदाची 'म्हारकी' पारोशीच होती. कालव्याच्या काठावर माजलेली दलदल आणि पाणकणसांचे वेडे पीक यांशिवाय सदाच्या ओट्यात काहीच पडले नाही. शहरात वावरलेल्या सदाला बयाजीचा हा तिडा उमगला; पण त्याने भांडणासाठी दंड थोपटले नाहीत, की पंचाकडे कागाळी केली नाही. त्याला मिळाले होते तेच खूप होते. कचऱ्याच्या डबड्यांतील अन्न खाणे, आणि फूटपायऱ्यांवर झोपणे यांतून तो सुटला होता. आता स्वतःच्या मालकीच्या जमिनीवर तो राहत होता. स्वतःच्या जमिनीतला पसाकुडता तो खात होता. त्याचे आयुष्य अधांतरी नव्हते. पायालगतची जमीन त्याची होती. डोक्यावरची छाया त्याची होती. कालव्याचे पाणी मिळाले असते तर, आपणही बयाजीच्या लेकरांसारखे सुखी झालो असतो; हा विचार त्याच्या मनात येत होता; पण तो बोलून दाखवणे त्याला कृतघ्नपणाचे वाटत होते. बयाजीच्या पोरांबरोबर तो त्यांच्याही रानात राबत होता. बयाजीची पोरं त्यालाही साहाय्य करीत होती.

सकाळच्या कोवळ्या उन्हात कालव्याच्या कडेकडेने हिंडत सदा दाताला मिश्री लावत होता. मिश्री लावून झाल्यावर त्याने आपले तोंड कालव्याच्या पाण्यात खंगाळले. कालव्याच्या खालच्या अंगाला भुईमूग नुसता ताल तोडत होता. वेलांच्या हिरव्या पसरणीने तसू न् तसू जमीन गादलून गेली होती. पिकाच्या दिमाखाला आल्यागेल्याची नजर होऊ नये, म्हणून बयाजीच्या पोरांनी शेताच्या मधोमध एक बुजगावणे उभे केले होते. एका वेळूच्या काठीला कोट घातला होता. डोक्यावर एका फाटकी हॅट ठेवली होती. ते बुजगावणे पाहताच सदाला पाण्यात आपली पडछाया पाहावीशी वाटली. अनिच्छेनेच आपले रूप त्या बुजगावण्याशी तोलावेसे वाटले. कालव्याच्या गढूळ पाण्याने त्याला तसे करता आले नाही. चुलत्याच्या जमिनीचा थाट आणि आपल्या जमिनीचा कोरडेपणा यांची तुलना मात्र त्याच्या नकळतच त्याने मनोमन केली आणि तो थोडासा दुःखी झाला. झोपडीकडे जाण्यासाठी तो वळणार एवढ्यातच त्याला एक हरळी ऐकू आली– 'सदा, सदाऽ'

हरळी देणाऱ्याचा आवाज सदाने ओळखला. तो पंचायतीचा शिपाई होता. शिंदे सरपंचांनी त्याला गावात बोलावले होते. थोडा देखील वेळ न गमावता तो शिपायाबरोबर पंचायतीच्या ऑफीसात गेला. सारा गाव बागाईत झाला. आपलेच वावर कोरडवाहू राहिले हे दुःख पंचांच्या कानांवर घालण्याचे त्याच्या मनात होते. मनातली गोष्ट मनीच राहिली. पंचाना प्रत्यक्ष समोर पाहिल्यावर

त्यांच्याजवळ तक्रार करणे सदाला साधले नाही. पंचांनी त्याला जाजमावर बसवून घेतले आणि सेक्रेटरीकडून आधीच लिहून घेतलेल्या अर्जावर त्याची सही घेतली. सदाने मुकाट्याने सही केली. अर्जाच्या कागदाला घडी घालता घालता हसतमुखाने पंचच त्याला म्हणाले, ''कशावर सही केलीस? वाचून तरी बघायचास अर्ज.''

''तुम्ही कराल ते माझ्या कल्याणाचेच कराल,'' सदा कृतज्ञतेने बोलला.

''आम्ही कोण कल्याण करणारे, सरकारनंच कंबर कसली आहे, खेड्यांच्या कल्याणासाठी आणि झालीय काय गंमत, तगाई म्हणून गावासाठी आठदहा इंजिनं मंजूर केली आहेत सरकारनं. कोण घ्यायलाच तयार नाही.''

''का?'' सदानं आश्चर्याने विचारलं.

''इंजिनाची गरज कुणाला! आयतं पाटाचं पाणी आहे. तुला मात्र कालव्याचा लाभ नाही. म्हटलं, तुझ्या नावावर करावा अर्ज. तुझ्या वावरात एक बारका आड घ्यावा. कालव्याचं पाणी त्यात घ्यावं. एंजिन बसवलं की पाणी पाजता येईल तुझ्या साऱ्या वावराला. कसं?'' सदाने नुसती मान डोलावली. मनचे भाव बोलून दाखविण्याइतके ताकदवान शब्द त्याला गवसले नाहीत.

सदाच्या वाटणीच्या रानात इंजिन बसले. त्याचेही वावर भिजू लागले. बयाजीसारखी त्याचीही जमीन भिजू लागली. हिरवा दिमाख मिरवू लागली. शेंगांची सुगी शिगेला गेली आणि सालाभरात सदा झोडगे पैकेवाला बागाईतदार झाला. काहीच नव्हते ते एक एक लाभू लागले. पोटभर अन्न, अंगभर वस्त्र, माथ्यावर छाया आणि कर्तुकीला शेतकी, एवढं मिळाल्यावर सदाच्या सुखावल्या मनाला एकच उणेपणा जाणवू लागला— आपण एकटे आहोत, एकटे आहोत. सदाचे लग्न होणे अशक्य होते. त्याचे कुरूप ध्यान आणि तुटलेला ओठ कुणाच्याच मनाला येण्यासारखा नव्हता. अशक्य होते, असंभाव्य होते, असे बरेचसे त्याला मिळाले होते. आता त्याला हवे होते ते मिळणे मात्र सर्वस्वी असंभव होते. तो विचार त्याने डोक्यातून काढून टाकायला हवा होता; पण नेमक्या त्याच विचाराने त्याच्या डोक्याचा ताबा घेतला होता.

एक साल निघून गेले. सदाच्या 'म्हारकी'त एंजिन बोलू लागले. कुवार जमीन पालवली. भरमसाठ पीक निघाले. गावकरी मंडळी सदाच्या दैवाचे कौतुक करू लागली. बुद्धवाड्यातील जातवाले सदाने गावातही एखादी माडी बांधावी असा आवर्जून आग्रह करू लागले. पण सदानं ती गोष्ट कानाआड केली. घराला

घरपण भिंतीनं येत नाही; तर घरधनणीमुळं येतं असा त्याचा विश्वास.

एके दिवशी दुपारच्या वेळी, सदा आपल्या खोपीसमोर लिंबाच्या छायेखाली नवारीच्या खाटेवर बसल्याबसल्या नाकाखालचा ओठ कुरवाळत होता. आजवर तो आईवडलांकडून ऐकत आला होता की, माणसांनीच माणसांना पायाखाली तुडवलंय. अलीकडे त्याचे मत पालटले होते. देव करणार नाही इतके साहाय्य त्याला माणसांनी केले होते. असे बावळे रूप आणि तुटका ओठ देवानं त्याला दिला नसता तर त्यानेही घर केले असते. बुद्धवाड्यातल्या अनेक मुलांप्रमाणे त्याची स्वत:ची मुलेही पाट्यादप्तरे घेऊन शाळेत गेली असती. तो तुटका ओठ उपजतच त्याच्या रूपाशी जडला होता. ती करणी ईश्वराची होती. ईश्वराचे निश्चित असे कुठलेच रूप सदाच्या मनासमोर नव्हते. चारपाच वर्षांपूर्वी महारांच्या एका अवाढव्य जमावाबरोबर तोही बुद्धधर्मात सामील झाला होता. अदृश्य ईश्वराला पुन:पुन्हा बोल लावीत त्याने आपल्या तुटक्या ओठाची जागा चाचपली. ओठाऐवजी दातच हाताला लागले. तो कष्टी झाला. अतिशय कष्टी झाला. पिकाचा पैसा हाती आल्यावर त्याने स्वत:पुरती भांडीकुंडी, हंथरूण पांघरूण खरेदी केले, झोपडीही चांगली नीटनेटकी बांधली. त्या झोपडीत फक्त एकच वस्तू त्यानं कधीही येऊ दिली नव्हती. आणि ती म्हणजे आरसा. बेवारशी जनावरासारखा भटकणारा सदा – आता पुरेपूर माणसांत आला होता. फक्त एकाच बाबतीत त्याचे जनावराशी सारखेपण उरले होते. आपण कसे दिसतो ते पाहण्याचे तो मनी देखील आणीत नव्हता. तुटक्या ओठावर उखडलेला सदा, खाटेवरच कलंडणार इतक्यात कुणाची तरी हाक ऐकू आली. पुन: बसते होऊन त्याने दूरवर दृष्टी फेकून पाहिले. दोन गडी त्याच्याच दिशेने येत होते. ते गडी अगदी जवळ आले, तरी सदाने त्यांना ओळखले नाही. ती मंडळी ओळखीची नव्हतीच. जवळ पोचताच त्यांतल्या एकाने हात जोडून सदाला रामराम घातला. सदा खाटेवरून उठला आणि त्या दोघांना बसा म्हणाला. ते दोघे खाटेवर न बसता आदबीने खाली वावरातच बसले. तो माणूस म्हणाला,

"इथलाच आहे शेजारचा. चिंदक्याचा. वळखलं नसंल तुम्ही."

"नाही."

"तुमची एक मावळण दिली हुती चिंदक्यात."

"मला ठाऊक न्हाई."

"कसं असंल? उपजल्यापासनं तुमी मुलखावरच हाय."

त्या साऱ्या नमनाचा अर्थ सदाच्या ध्यानी आला नाही. मग तो दुसरा माणूस बोटानं जमिनीत रेघोट्या मारीत म्हणाला, "जुनं नातं नवं करावं म्हूनच आलोय आमी. माझं नाव विठूबा. आन याचं अर्जुना. धाकला भाऊ हाय. ल्येक हाय ह्याची एक लग्नाची. तुमी पदरात घेतली तर शिवधडीला सोयरीक झाली."

आपल्याला कुणी मुलगी सांगून येईल, असे सदाला कधीच भावले नव्हते. तेवढ्या मोठ्या सुखाला सहज ओंजळ पसरण्याची हिम्मत त्याच्यात नव्हती. आपल्या रूपाचा अधूपणा त्याल माहीत होता. तो थोडा वेळ गप्प बसला. खाटेवरून खाली उतरला. आणि घोगऱ्या आवाजात पाहुण्यांना म्हणाला,

"पोरीनं पाहिलंय का मला?"

"त्ये व्हईल हो," मुलीचा काका बोलला.

"माजा व्हट हा असा तुटल्याला हाय-"

"हात त्येच्या. त्यो लग्नाच्या आधी जोडून द्यायचं काम आपल्याकडे लागलं."

"आमच्या चिंदक्यात आता इस्पितळ निघालंय. एक डागदर येतो मुंबईकडला. काळीज म्हनलं तर पुन्यांदा बसवतोय्, तर व्हटाचं काय? बरं, सरकारी सुई हाय. पैसा आडका लई नको खर्चायला."

सदाचे डोळे विस्फारित झाले. आणि त्याची मान नकळत नंदीबैलासारखी होकारार्थी बोलली. पाहुण्यांनाही आनंद झाला.

बयाजी महाराच्या अंगणांत मांडव सजला. चिंदक्याच्या अर्जुना महाराची लेक भागीरथी आणि बयाजीचा पुतण्या सदा यांचे लगीन लागले. कधी नव्हे ते गावकरी या लग्नासाठी बुद्धवाड्यात आले होते. अक्षता पडून झाल्यावर, जोडीने सरपंचांच्या पाया पडण्यासाठी, सदा शिंदे पाटलांच्या पुढे आला तेव्हा सरपंचांनाही नवल वाटले. सदा खरोखरच साजरा दिसत होता. त्याचा तुटका ओठ पूर्ण जुळला होता. नीटनेटक्या पोशाखामुळे सदाचे ध्यान खरोखरीच चांगले दिसत होते. नवरीमुलगीहि काळीसावळी, सदाला साजेशीच होती. त्या दोघांनी जोडीने वाकून पंचांना नमस्कार केला. सरपंचाच्या तरण्याताठ्या पाठीवर नानांची म्हातारी थाप बसली.

"पाटील, तुमच्या कारकिर्दीत एक पांढरीचा भेंडा, गावच्या इमारतीत बसावा तिथं बसला."

पाटलांचे डोळे टचकन पाणावले. सदा तर गहिवरलाच. आणखी

वडीलधाऱ्यांचे दर्शन घेण्यासाठी नवरा–बायकोची जोडी दुसरीकडे वळली. तृप्त स्वरात शिंदे सरपंच नानाला म्हणाले, ''नाना पुरुषाचं भाग्य देवालादेखील कळत नाही म्हणतात, ते काही खोटं नाही.''

विटे–सांगोला एस.टी. बसनं कधी जाण्याचा प्रसंग तुमच्यावर आला तर, खरसुंड खडीच्या अलीकडे; भुईमुगाच्या हिरव्यागार पिकाने गादरलेली शंभर एकर जमीन तुम्हांला दिसेल. तीच आमच्या गावच्या महारांची 'म्हारकी'. कालव्याच्या पलीकडे उमाठ्यावर एक मंगलोरी कौलाची टुमदार झोपडी दिसते ते सदाचे घर. मुंबई शहराच्या बकाल वस्तीत अनिकेत अवस्थेत भटकणारा, चोऱ्यामाऱ्या करणारा दुर्दैवी सदा, आता धनंतर गावकरी झाला आहे. आपले भाग्य कशाने उजळले, हे सदाला माहीत नाही; पण सरपंचासारखी शहाणी माणसे जाणतात की, देशाच्या पुढाऱ्यांनी निष्ठापूर्वक काही योजना आखल्या आहेत म्हणूनच परागंदा झालेली सदासारखी माणसे स्थिरावत आहेत, सुखी होत आहेत.

औषधी

श्यामराव शिर्क्यांच्या रोगाला आता काहीच औषध उरले नव्हते. रोग सीमेबाहेर गेला म्हणजे रोगच रोगाचे औषध होतो म्हणतात; त्याच एका अवस्थेची काय ती वाट होती. घरदार, बायकापोरे सर्वांपासून श्यामराव अगदी वेगळा झाला होता.

पहिल्यापासूनच तो तसा छंदी असता तर हरकत नव्हती; पण तो माणूस अगदी सरळ होता. अतिशय हळव्या मनाचा होता. पापभीरू होता. दिवसभर अंग मोडून काम करावं. सायंकाळी मित्रमंडळीत येऊन मनमुराद खेळावं. दिवे-लागण झाली की आपल्या घरकुलाकडं वळावं, असाच त्याचा परिपाठ होता. अगदी परवा परवापर्यंत तो इतका शहाण्यासारखा वागत होता.

त्या नटमोगरीची आणि त्याची ओळख कशी झाली आणि तिच्या रेशमी पाशात तो इतका आपादमस्तक कसा काय गवसला, त्याचे त्याला माहीत.

शरीरपोषणाला आवश्यक असे एखादे अन्नसत्त्व कमी पडले म्हणजे लहान मूल माती खायला शिकते. श्यामरावाच्या बालसुलभ मनाला असे काय कमी पडले होते कोण जाणे. त्याचे घर खरोखर सुखी होते. लष्करात चाकरी केलेले त्याचे वडील वयाची सत्तरी उलटली तरी अजून उभे होते. संसाराची धुरा पेलीत होते. बायको तर लाखांत एक म्हणावी इतकी सज्जन होती. त्या बिचारीच्या मुद्रेवरले हसू फिकटल्याचे देखील आजवर कुणी पाहिले नव्हते. गृहकृत्यांत तर ती दक्ष होतीच; पण आला गेला, पाहुणा-रावळा सर्वांचा यथोचित सत्कार करण्यातही ती तरबेज होती. आपला नवरा अगदी देवदूत आहे, अशी त्या बापडीची गाढ श्रद्धा होती. वागण्याइतकीच दिसायलाही ती देखणी होती.

अस्सल मराठा घराण्यातील कर्त्या बायकांना जो एक नेटका देखणेपणा असतो, तो शिर्के वहिनींच्या ठायी पुरेपूर होता. पांढऱ्या शुभ्र साडीचा जरतारी पदर डोक्यावरून घेऊन, त्या चालू लागल्या की पाहणाऱ्यास वाटे; कुणा भाग्यवंताची लक्ष्मीच चालते आहे. पस्तिशीच्या वयातही त्यांच्या अंगाला थुलथुलीतपणा शिवलेलाच नव्हता. त्यांची अंगकाठी गोरगोमटी, शेलाटी अशी जशीच्या तशी उरलेली होती.

शिर्के दंपतीला दोनतीनच अपत्ये होती. तीही अति चांगली. शिक्षणात हुषार–वागण्यात नम्र, दिसण्यात गोजिरवाणी. इतके असूनही श्यामरावाचा पाय चळला होता. त्याची वाटच उलटी फिरली होती. तो सर्वनाशाच्या रस्त्याने भरधाव धावू लागला होता.

त्या नगरभवानीच्या तडाख्यातून त्याला सोडविणे कठीण होते. फार अवघड होते. ती दिसायला सुंदर होती. फार प्रख्यात अशी गायिका होती. तिचा वागण्याबोलण्याचा ढंग मोठा खानदानी होता; पण ते सारे सोंग होते. तिच्या प्रियकरांची संख्या साऱ्या शहरात माहीत होती. त्या मेळाव्यात मोठमोठ्या सरकारी अंमलदारापासून, तिच्या स्वतःच्या ड्रायव्हरपर्यंत, सर्व जातीचे आणि सर्व वयाचे लोक होते. त्या कुत्र्याच्या दावणीतच श्यामरावाची भर पडली होती. शिर्क्यांसारखा माणूस तिच्या गाण्याला जाणेही असभ्यपणाचे समजायचा. तिचे गाणे त्याने कधी ऐकले आणि तो तिच्या पाशात कसा पडला, हे आम्हां अगदी निकटवर्तीयांनाही कळलेले नव्हते.

कधी भेटले तर श्यामरावचे वडील या गोष्टीची वाच्यता करायचे नाहीत. वहिनी तर आवर्जून म्हणायच्या, "पहिल्यासारखे येत नाही आपण आमच्याकडे!"

जाणत्यांचे सोडाच; पण घरातली मुलेही कधी भासू द्यायची नाहीत की त्यांचा बाप त्यांच्यापासून वेगळा झाला आहे.

"शिर्के स्पोर्ट्स" हे श्यामरावाचे दुकान पहिल्यासारखे चालले होते. स्वतः शिर्क्यांऐवजी तिथे दुसरा कोणी तरी विक्रेता बसत होता इतकेच. शिर्क्यांच्या घरांत तोच गोडवा नांदत होता. म्हातारे शिर्के तसेच घरापुढच्या बागेत राबत होते. नातवंडांना खेळवीत होते. शिर्केवहिनी तसाच संसाराचा रथ हाकीत होत्या. पण श्यामराव मात्र बदलला होता. फार बदलला होता. अगदी कामातून गेला होता.

त्या रखेलीच्या गाडीतून फिरतानाच तो कधी माझ्या दृष्टीस पडे; पण गाडी थांबवून माझ्याशी दोन शब्द बोलण्याची उजागिरी त्याला नव्हती. तो सर्वस्वी तिचा झाला होता. तो तिच्याचकडे राहत होता. तिच्याकडे तुकडे मोडीत होता. तिचीच गाडी चालवीत होता. तिचीच कुत्री खेळवीत होता. तिचे शरीर हाच त्याचा ध्यास झाला होता. तिची सेवाचाकरी हाच त्याचा उद्योग बनला होता.

गेल्या ज्येष्ठातील गोष्ट. वटसावित्रीची पौर्णिमा होती. शिर्केवहिनी नेहमीसारख्या सकाळी उठल्या. मुलाबाळांची सकाळची खाणी उरकून, त्या स्वत: न्हायल्या. झुपकेदार पैठणी ल्यायल्या. घरातले सारे अलंकार त्यांनी अंगावर घातले. नाकी नथ, गळ्यात कोल्हापुरी साज, हाती गोठ पाटल्या. कपाळभर कुंकू ल्यायल्यावर त्या खरोखरच एखाद्या देवतेसारख्या नटल्या. पूजेचे साहित्य घेऊन दारातल्या वडाच्या पूजेसाठी त्या बाहेर पडणार, इतक्यात छोटा शिवाजी नाचतच आत आला. आईच्या ओच्यांना बिलगून आनंदाने बोलला,

"बाबा आले, बाबा आले!" शिर्केवहिनींना ते खरे वाटले नाही. गेल्या तीन वर्षांत श्यामराव घरावरून देखील गेला नव्हता. मुलाला वडिलांची आठवण झाली असावी या जाणिवेने त्यांच्या पापण्या ओलावल्या. डोळ्यांतले पाणी बिलकूल बाहेर पडू न देता, त्या शिवाजीला म्हणाल्या-

"लबाड, फसवतोस का मला?"

"अग फसवेल कशाला? खरंच आलेला दिसतोय श्यामराव," आत येता येता म्हातारे शिर्के म्हणाले. वहिनींच्या आनंदाला गगन ठेंगणे झाले. वटसावित्रीसारखा दिवस आणि दुरावलेला नवरा घरी आला, त्या बाळबोध बाईचे डोळे पाण्याने डबडबले. बरे दिसणार नाही, असे त्यांचे त्यांना वाटले म्हणून, नाहीतर एखाद्या नव्या नवरीसारख्या धावतच त्या बैठकीच्या हॉलकडे गेल्या असत्या.

भटजी येऊन वाट पाहून गेले. शेजारच्या आयाबायांनी वड पुजला. शिर्केवहिनींना त्या दिवशी पूजेचा विसर पडला. त्यांचे चित्त आणि पाय घराच्या बाहेर पडायला राजीच झाले नाहीत. पोरे घरभर नाचत राहिली. म्हातारे शिर्के कधी नव्हते ते तरुणपणी ऐकलेलं गंधर्वांच्या नाटकातले गाणे आपल्या गद्यप्राय शैलीत गाऊ लागले,

"नाथा कशि या त्यजूं पदाला-"

शिवाजीचे वडील दुपारी जेवायला थांबणार, या कल्पनेने शिर्केवहिनींनी

सैंपाकात जीव ओतला. श्यामरावाला आवडणारे सर्व पदार्थ त्यांनी बनविले. जेवणवेळ होईतो श्यामराव घरात थांबला. मुलाबाळांशी बोलला. त्यांच्या अभ्यासातील प्रगतीची त्याने चौकशी केली.

वडील-मुलांचीही बोलणी झाली. कमीत कमी पंचवीस वेळा तरी शिर्केवहिनी नवऱ्याच्या दृष्टीला पडेल अशा बेताने इकडून तिकडून गेल्या. श्यामरावाच्या आगमनाने सारे घर आनंदित झाले.

"तुम्ही कुठं होता इतके दिवस?" हा प्रश्न श्यामरावाला कुणी देखील विचारला नाही.

जेवणवेळ जवळ येताच त्याची चुळबूळ सुरू झाली. म्हातारे शिर्के नातवंडाशी बोलावे इतक्या प्रेमळ स्वरात त्याला म्हणाले : "श्यामराव, सैंपाक केलाय सूनबाईनं. जेव आणि मग जा कुठं जायचं असेल तिथं."

श्यामराव शहाण्यासारखा थांबला. कैक दिवसांनंतर वडिलांच्या आणि लेकरांच्या पंक्तीला बसला. पण नेहमीसारखा जेवला नाही. सासरे आणि मुलं बाहेर गेल्यावर वहिनींनी बोलण्याची संधी घेतली.

"जेवला नाही नेहमीसारखं?"

"हं" श्यामरावाने निःश्वास टाकला.

"अडचण आहे का नाही?"

"काही नाही."

"चिंता दिसते चेहऱ्यावर?"

"तब्येत बरी नाही ग-"

"आपली?"

"नव्हे-"

"मग-"

"तुला काय उपयोग सांगून?"

कुणाची प्रकृती बिघडली असावी ते चाणाक्ष वहिनींनी ताबडतोब ओळखलं. मुद्रेवर काहीही भाव उमटू न देता सहानुभूतीच्या स्वरात त्यांनी विचारलं, "काय होतंय बाईंना?"

श्यामराव थोडा अवघडला; पण वहिनींच्या प्रश्नाला उत्तर देणे त्याला टाळता आलं नाही.

"काय होतंय?" वहिनींनी पुनः विचारले.

“बायकांचाच रोग आहे काहीतरी. पांढरी फटफटीत पडली आहे.”

कसेबसे इतकेच बोलून त्याने कोट घातला. वडिलांपर्यंत पोचून त्याने सांगितले, “येतो आबा.”

म्हाताऱ्याने मान डोलावली. मुले उगाचच त्याच्या पाठोपाठ उंबरठ्यापर्यंत गेली. तिथेच थबकली. वहिनींना न सांगताच, श्यामराव परत आपल्या प्रियेकडे निघून गेला. आता केव्हा परत येणार होता कोण जाणे.

त्याच दिवशी रात्री साडे-अकरा वाजता श्यामराव आणि त्याची हृदयराणी कुठला तरी चित्रपट पाहून आली. त्याने तिला कवेत धरली होती. दारातून आत येताच, दार उघडणारा बाईचा नोकर म्हणाला-

“एक मुलगा आला होता.”

“कुणाचा?” बाईने विचारले.

“मला नाही माहीत. त्यानं एक औषधाची बाटली दिलीय. बरोबर एक पत्रही आहे. टेबलावर ठेवलंय मी!” नोकर बोलला. श्यामरावाला वाटले, पाठविले असेल कुणीतरी, काही तरी. तो आपल्या खोलीकडे वळला. बाई आत गेली. तिने ती बाटली पाहिली. पत्र वाचले, ती कसले तरी नादशून्य हसे हसली आणि ओरडली-

“दस्तगीर-”

नोकर धावत आला. त्याच्या हाती ती बाटली देत बाई म्हणाली, “फेकून दे हे गटारात.”

नोकर बाटली घेऊन निघून गेला. बाई आपले कपडे बदलू लागली. तिला कपडे बदलीत असताना पाहणे, हा एक श्यामरावचा छंद होता. तो बाईच्या निजायच्या खोलीत आला.

“हे हो काय?” हे बाईचे लाडीक शब्द त्याच्या कानी पडले नाहीत. अर्धनग्न अवस्थेत बाई तिथेच होती. नेसूचे पातळ तिने बदलले होते. ब्लाउज काढून ठेवला होता. अंगांत नुसती कांचोळी होती. तशा अवस्थेत तिला आलिंगन देण्यासाठी तो पुढे धांवणार, तोच एक कागदाचा तुकडा त्याच्या पायांत आला. अगदी अभावितपणे त्याने तो उचलला. विजेच्या निळ्या प्रकाशात त्या तुकड्यावरची अक्षरे बडबडली. साद ओळखीचा वाटला. पत्र त्याच्या पत्नीचे होते-

बाई,

यांनी सांगितले तुमची प्रकृती बरी नाही. आजारही माझ्या लक्षात आला. माझ्या खात्रीच्या एका घरगुती वैद्याकडचे औषध चि. शिवाजीच्या हाती पाठविले आहे. रोज चमचा चमचा जेवणाआधी घेत चला. एका सातरकातच आराम वाटेल.

तुमची-

सौ. शिर्के-

ते पत्र वाचता वाचता श्यामराव मुंगीसारखा लहान झाला. त्याच्या पत्नीचे स्वरूप त्याला केवढे तरी भव्य वाटले. डोळे पाण्याने थबथबले. कपाळावर घाम जमला.

"कुठं ठेवलंय हे औषध?" त्याने विचारले.

"दिलं दस्तगीरकडे आताच गटारात फेकायला!" बाई बेफिकिरीने बोलली.

"का?" श्यामराव केवढ्यातरी मोठ्याने किंचाळला.

"ओरडू नका," बाईने दटावले.

त्याचा साद खाली आला, "फार खात्रीचं औषध असेल ते. तिच्या वडिलांचा औषधींचा कारखाना आहे कोकणात!"

'हंऽ' बाई तुच्छतेने हसली आणि म्हणाली, "सवतीनं धाडलेलं औषध. कुणास ठाऊक, वीष देखील पाठवलं असेल बाटलीत भरून-"

बाईच्या शब्दाने श्यामरावाच्या साऱ्या अंगाला कोलीत लागले. तो नखशिखान्त पेटला. बोलला नाही. ओरडला नाही. त्याच्यातला फंदीपणा जळून खाक झाला. ती काजळी तिथेच टाकून, तो बाहेर पडला. जुना होता तसा श्यामराव बाहेर पडला. वणव्यातून वाचलेले पाखरू पुन: आपल्या घरट्याच्या दिशेने उडाले. जितक्या बेसावध अवस्थेत तो घरातून बाहेर पडला होता, तितक्याच बेसावध अवस्थेत तो घराच्या दाराशी आला.

वहिनींच्या खोलीत अजून दिवा होता. जन्मात पहिल्यांदा त्या कुळधर्म चुकल्या होत्या. वटसावित्रीची पूजा राहून गेली होती. अपरात्री उठून त्या सावित्रीच्या पोथीचे पारायण करीत होत्या. त्यांच्या आवाजातल्या ओलाव्याने प्रत्येक ओवी जणू भिजत होती.

◆◆◆

ताल

"**चिं**तामणी आगाशानं आत्महत्या केली. कळलं का तुम्हांला?" कुणा तरी अनोळखी पुणेकराने ही भयंकर बातमी मला आवर्जून सांगितली. कशी केली, का केली? वगैरे प्रश्न मला सुचलेच नाहीत. मी अगदी सुन्न झालो. ती बातमी देणारा माणूस निघून गेला. मी त्याला 'बसा'देखील म्हणालो नाही.

डेक्कन क्वीन नेहमीच्या वेगवान गतीने धावत होती. डब्यातील बाकीचे प्रवासी आपापल्या विषयांवर बोलत होते. चहा-सिगारेट विकणारे पोऱ्ये हातावरची तबके तोलीत, गर्दीतून वाट काढीत होते. उघड्या खिडक्यांच्या बाहेर, खंडाळ्याच्या आसपासचा रम्य वनप्रदेश उलट्या गतीने धावत होता. मी मात्र सुन्न झालो होतो.

चिंतामणीची आणि माझी चांगली ओळख होती. काळासावळा, कमावलेल्या शरीरयष्टीचा, तो धीरगंभीर पोरगा, स्वतःचाच वध करील, हे मला खरे वाटत नव्हते. बातमीच्या खरेपणाविषयीच मी साशंक होतो. आणि तरीही मन हबकून गेले होते. कुठल्या संदर्भाची खिडकी सापडली न कळे, माझे मन उगीचच आगाशांच्या अवघ्या घराचे निरीक्षण करू लागले.

आगाशे हा पाच भावांचा संसार होता. दैवाच्या फटकाऱ्याने पाचजण पाच ठिकाणी फेकले गेले होते; पण त्या सर्वांच्या मनातील एकत्वाचे धागे पक्क्या पिळाचे होते. त्या साऱ्या भावंडांशी माझा परिचय होता. अगदी निकटचा परिचय होता.

अशोक आगाशेच्या आणि माझ्या मैत्रीमुळे, अशोकचे सारे कुटुंबच मला

माझ्या आप्तस्वकीयांसारखे झाले होते. त्या भावंडांच्या मनीमानसी नांदणारा एकमेकांविषयीचा जिव्हाळा केवळ अपूर्व होता. असली कुटुंबे आजच्या आत्मकेंद्रित काळात फार कमी नजरेला पडतात.

थोरला बंडा आगाशे तिकडे कोल्हापुरास होता. कुठल्या तरी खाजगी कारखान्यात तो हिशेबनिसाचे काम करीत होता. त्याला पगार अत्यंत तोकडा होता. पोरेबाळे बरीच होती. तो सदाच ओढगस्तीच्या अवस्थेत वावरत होता. त्याला क्रिकेटचा जबरदस्त शौक होता.

दुसरा भगवान. तो इकडे मुंबईला होता. त्याचे दैव जणू गाढवाच्या पोटचे होते. चोवीस तास श्रम करण्याची त्याची सिद्धता होती; पण त्याचे घर मुळीच थाऱ्यावर बसत नव्हते. त्याची बायको मोठी भली स्त्री होती. कोंड्याचा मांडा करून, पोराबाळांच्या तोंडी चारा घालीत होती. नवऱ्याच्या कमाईपेक्षा थोड्या कमी खर्चातच ती संसाराचा खटला चालवीत होती. भगवानला यंत्रविद्येचे वेड होते. खोललेले यंत्र हा त्याचा रंजनाचा एकमेव छंद होता.

तिसरा अशोक. त्याचे खरे नांव अंता. पण गायकीसारख्या गोड व्यवसायात आपले नावच तेवढे बेसूर राहू नये म्हणून त्याने स्वत:चे नाव बदलून घेतले होते. अशोक गवयाचा व्यवसाय करीत होता. उपजत लाभलेले ईश्वरी देणे, त्याला हळूहळू यशदायी ठरत होते. त्याने एका परजातीच्या मुलीशी प्रीतिविवाह केला. देवदयेने ती सुस्वभावी होती. दूरदर्शी होती. पेलणार नाही अशा विस्ताराच्या फंदात ती जाणीवपूर्वक पडलेली नव्हती. दांपत्याला फक्त एक अपत्य होते.

चौथा चिंतामणी. पस्तिशीच्या आसपास पोचला तरी त्याच्या मस्तकात लग्नाचा विचार नव्हता. घर नावाच्या संस्थेचे त्याला काही आकर्षण नव्हते. शरीराने तो धडधाकट होता. ते शरीर त्याने मेहनतीने कमावलेले होते. वडीलभावासारखी त्यालाही आवाजाची देणगी होती. चित्रकलेवरही त्याच्या हातांनी हुकूमत मिळवली होती. तो व्यवसाय असा काहीच करीत नव्हता, कुठल्यातरी सामाजिक संघटनेचा तो आजन्म स्वयंसेवक होता. त्या संघटनेच्या कामासाठी तो हिंदुस्थानभर भटकत होता.

पाचवा बबन. लहानपणापासून घरातून फरारी झालेला होता. नासिक क्षेत्रातील कुणा एका निपुत्रिकेने त्याला सांभाळला होता. त्याला एक कानच नव्हता. त्यामुळे तो माणसांतून वाहिला राह्मल्यासारखा राहत होता. शिक्षण

अर्धवट टाकून बसलेला होता.

या पांची भावंडांत एक समान गुण होता. एकमेकांविषयीची अपार माया आणि एकच समान दोष होता, तिरसटपणाचा.

या आगाशे भावंडांपैकी कुणीही एखादा जर काही कारणाने चिडला तर त्याची चीड कुठल्या थराला जाईल याचा नेम नव्हता. असल्याच तिरसटपणाच्या एखाद्या असह्य झटक्यात चिंतामणीने हे अनन्वित काम केले असेल. पण याचा परिणाम काय होईल? बाकीची सारी भावंडे कष्टी होतील. दु:ख करतील, अश्रू टाकतील; पण अंता-अंताचे काय होईल?

या पाची भावंडांतला अंता अथवा अशोक, हा माझा जिवाचा मित्र. त्याच्यामुळेच माझा आणि आगाशे कुटुंबाचा संबंध. अशोकच्या भावंडांनी त्याच्यासाठी काय काय केले होते कोण जाणे; पण अशोकने त्यांच्यासाठी काय काय केले होते ते मी जाणीत होतो. सम्यकपणे जाणीत होतो.

अशोकचे गाणे ही त्याला ईश्वरीच देणगी होती. त्या देणगीच्या बळावर तो लहानाचा मोठा झाला होता. लहानपणी त्यानेही दारिद्र्य भोगलेले होते. साऱ्या जातीच्या अवहेलना सहन केलेल्या होत्या. आता वयाच्या चाळिशीच्या मानाने तो स्थिरावला होता. त्याने पुण्यात बिऱ्हाड केलेले होते. आपण बायको आणि मूल एवढाच त्याचा विस्तार होता. खरे तर, हा त्याच्या कमाईला काही अवजड नव्हता. पण तो अजून संकटातच होता. कशासाठी कोण जाणे? त्याने आपल्या डोक्यावर कर्जांची ओझी घेतली होती. त्या कर्जांची प्रामाणिक फेड आणि साऱ्या भावंडांच्या ऊर्जितावस्थेची अभिजात तळमळ या भोवऱ्यात अशोक सापडलेला होता. वाहता वाहता गटांगळ्या खात होता!

हाती आलेले चार पैसे त्याने कधी जसेचे तसे आपल्या शहाण्या बायकोच्या स्वाधीन केले नव्हते. त्यांतले दोन त्याने निष्ठेने आपल्या भावंडांच्या कामी लावले होते. त्याच्या स्वतःच्या कल्पनांइतक्याच त्याच्या भावंडांच्या कर्तृत्वाच्या भराऱ्याही स्वप्नाळू होत्या. त्या भराऱ्यांत, अशोकने पेटवलेल्या कैक ज्योती विझून थंडगार झाल्या होत्या.

थोरल्या बंडासाठी अशोकने एक चहाचे दुकान काढून दिले होते. त्यात दोनपाच सहस्रांचा निव्वळ तोटा त्याने खाल्ला होता. भगवानसाठी मुंबईत एक टॅक्सी घेऊन दिली होती. त्याच्या टॅक्सी कमाईतून त्याचे घर चालत होते. पण मूळ टॅक्सीसाठी झालेल्या भांडवली खर्चातली कपर्दिकाही अद्याप परत आलेली

नव्हती. चिंत्याला आर्ट स्कूलमध्ये ठेवावा म्हणून त्याने शेकडो रुपयांचा खर्च केला होता; पण तो पठ्ठा समाजसेवेच्या वेडाने रानभैऱ्यासारखा भटकतच राहिला होता. धाकटच्या बबनला त्याने पुण्याच्या बिऱ्हाडात आणून ठेवले होते. त्याच्याही शिक्षणासाठी दिडक्या खर्चल्या होत्या. पण तो वेताळासारखा उठून परत पूर्वस्थळी गेला होता.

आजकाल अशोकची अवस्था हलाखीचीच होती. दरम्यान काहीतरी 'मोठ्ठे' करण्याच्या तिरीमिरीत त्याने कर्जाचे डोंगर स्वत: सुरुंग लावून, आपल्या अंगावर ओढवून घेतले होते. गाणे फक्त त्याच्या आठवणीतच राहिले होते. तो बारा तास कसल्यातरी विवंचनेत गुंतलेला होता. सामाजिक कार्य करीत राहिलेल्या चिंतामणीच्या ओळखीने त्याने कुठून तरी भांडवल मिळवले होते आणि एक नवा धंदा उभारण्याचा खटाटोप मांडला होता. ते सगळेच आता अंगाशी आले होते. अयशस्वी झाले होते.

चिंतामणी मेला होता आणि अशोकचे हळवे मन, कोण जाणे, कोणत्या अवस्थेत गेलं होतं!

चिंतामणीच्या मरणाने अशोकचे काय झाले असेल, या कल्पनेने मी आणखी दु:खी झालो. त्याला मदत करण्याची माझी पात्रताच नव्हती. त्याची अवस्था डोळ्यांनी पाहावी. शब्दांनी तरी त्याला धीर द्यावा, यासाठी मात्र मी अधीर झालो होतो.

गाडी पुण्याच्या स्टेशनवर थांबली. गाडीत बसलेला एकूण एक प्रवासी खाली उतरला. गाडीचे सारे डबे मोकळे झाले. मी देखील टॅक्सीच्या रांगेपर्यंत जाऊन पोचलो. माझ्या डोक्यातील विचार अजूनही मेंदूतून खाली उतरायला सिद्ध नव्हते. चिंतामणीच्या मरणाचा विचार, गाडी पुढे जातच नाही या जाणिवेने मावळला. नाइलाजाने उतरलो. पण अशोकच्या विचाराने काही केल्या बैठक सोडली नाही. त्याच्यासारखाच, त्याच्याविषयीचा विचारही तिरसट हट्टाने तिथल्या तिथे रोवून बसला. मी घराकडे गेलो नाही. थेट अशोकच्या बिऱ्हाडी गेलो. त्याच्या बिऱ्हाडापुढे गर्दी होती. बरीच माणसे गोळा झाली होती. मला वाटले, "चिंतामणीचे कलेवर इथे तर आणले नाही."

पुढचा प्रसंग पाहणे माझ्या मनाला सोसण्यासारखे नव्हते. पण ते टाळणेही अशक्य होते. टॅक्सी रस्त्यावरच थांबवून, मी वर गेलो. घरातल्या माणसांपैकी कुणीच घरात नव्हते. अशोकच्या मोठ्या व्यवसायाच्या निमित्ताने त्याच्याकडे

चाकरीला राहिलेली एक-दोन कारकून मंडळी तिथे होती. जमलेला घोळका बघ्यांचा होता. अशोकच्या ऑफिसवर कशासाठी तरी टाच आली होती.

गंडस्योपरि पीटिका म्हणतात तसा सारा प्रकार. ती कारकून मंडळी केविलवाण्या डोळ्यांनी माझ्याकडे धावत आली. मी काय करणार होतो कपाळ? उघडा बर्फाच्या वादळात सापडला तर नागडा जाऊन त्याला कसले संरक्षण देणार?

मी त्यांपैकी एका कारकुनाला विचारले, ''अशोक कुठे आहे?''

''ते सांगलीला गेलेत.''

''कशाला?''

''तुम्हांला कळलं नाही?''

''काय?''

''चिंतामणरावांचं?''

''कळलं, पण त्यासाठी सांगलीला कशाला गेला हा?''

''तिकडे आत्महत्या केली त्यांनी. मूठभर गोळ्या खाल्ल्या.''

पुढचं मला ऐकवेना. अशोकचे काय होणार, या कुतर्कवेड्या जाणिवेने मलाच कोंदटल्यासारखे झाले. पापण्यांच्या केसांना जणू गोंद लावून, मी डोळ्यांवर कातडे ओढले. पाषाणहृदयी माणसासारखा परत फिरलो.

चार-दोन दिवस अन्नपाणी गोड लागले नाही. प्रत्यक्ष जाऊन चौकशी करण्याची हिंमत काही केल्या होईना. अशोकच्या पुण्यातल्या पत्त्यावर त्याला एक पत्र लिहिले. ज्वरजर्जराच्या फणफणत्या मस्तकावर एक ओले फडके टाकून, त्याचा ताप उतरेल अशा खोट्या कल्पनेने स्वस्थ बसून राहावे तसा मी स्वस्थ बसून राहिलो.

स्वत:च्या दुबळेपणाची मला मनस्वी चीड आली. ती चीडही वांझोटी ठरली. मी परत अशोककडे गेलो नाही. व्यवसायाच्या निमित्ताने वाऱ्या सुरू झाल्या. अशोकच्या अवस्थेचे शल्य मनात सलत राहिले. मस्तकांत खुपत राहिले.

बातम्या कळत राहिल्या तसा प्रत्यक्ष भेटीविषयीचा धीर अधिक खचत गेला. आज काय अशोकला कुणी देणेकऱ्याने भर रस्त्यात अडवले, उद्या काय त्याच्या मुलाच्या दुधापुरते देखील पैसे त्याच्याजवळ उरले नाहीत. अशोकचे आकाश फाटले होते. ठिगळाला पुरेल अशी धांदोटीदेखील माझ्या साठवणीत नव्हती.

डेक्कन क्वीननेच चाललो होतो. कुणीतरी सांगितले, ''पलीकडच्या डब्यात

अशोक आहे.''

आता मात्र राहवले नाही. तो कसा दिसेल, कसा बोलेल याचा काही अंदाज न करता मी गेलो. चालत्या गाडीत त्याच्यासमोर जाऊन, मी उभा राहिलो. तो गप्प होता. खाली मान घालून हनुवटी कुरवाळीत होता.

''अशोक'' मी हांक मारली.

''या.'' त्याने आपल्याशेजारी माझ्यासाठी थोडकी जागा केली. मी बसलो. सुमारे अर्धा तासभर आम्ही एकमेकांशेजारी बसून राहिलो. बोलणे भाषण काहीच झाले नाही. तो स्थिर डोळ्यांनी वर गरगरत असलेल्या एक पंख्याकडे पाहत होता. मी दबकत दबकत त्याच्या मुद्रेकडे पाहत होतो. तो मधेच उठल्यासारखा होत होता. पुन: बसत होता, आसपासची जागा हातांनी साफ केल्यासारखे करीत होता. हातावर हात घाशीत होता. दीर्घ नि:श्वास सोडीत होता. दातांवर दात घाशीत होता.

'ईऽईऽईऽईऽई,' त्याने तोंडातून असला काही तरी चमत्कारिक आवाज केला. कुणाला ठाऊक, बाकीच्या सहप्रवाशांच्या कानी तो गेला की नाही ते. मी मात्र हबकलो.

''अशोक-'' झोपल्या माणसाला हाक मारावी तशी मारली.

''अं?'' त्यानेही एकदम जाग आल्यासारखे केले. तो झटका आल्यासारखा उठून उभा राहिला. पलीकडच्या डब्याकडे चालू लागला. मीही उठलो. त्याच्या पाठोपाठ गेलो. न जाणो, तो या क्षणीच उडी टाकायचा. तिरसटपणा हा त्या साऱ्या कुटुंबाचा स्वभावगुण होता. चिंतामणीने नुकतीच आत्महत्या केली होती.

दोन डब्यांच्या मधे असणाऱ्या हलत्या जागेवर तो थांबला. दातांवर दात दाबून मघासारखेच दबल्या आवाजात किंकाळला 'ईऽऽईऽऽईऽऽई!'

''अशोक-'' मी पुन: हाक मारली.

तो झटकन उलटा फिरला. विलक्षण गतीने परत आपल्या जागेकडे निघाला. जाता जाता झटकन माझ्याकडे तोंड वळवून म्हणाला, ''तुमचं पत्र पोहोचलं होतं.''

मग तो थांबला नाही. अंगात आलेल्या माणसासारखा तो निघून गेला. निघूनच गेला. एका गाडीत असूनही परत भेटला नाही.

कसली तरी सुट्टी होती. मी पुण्यात होतो. सायंकाळच्या वेळी एक रिक्षा गरगरत अंगणात आली. गोळी लागलेल्या जनावरासारखी तडफडून थांबली.

आतून अशोक उतरला. मला फार हायसे वाटले.

‘‘ये!’’ मी पुढे होत म्हणालो.

‘‘मी येत नाही, तूच चल’’ तो नेहमीसारखा ‘ये रे जा रे’च्या भाषेत बोलला. कुठे, कशाला? असले काही विचारण्याची सोय नव्हती. मी भराभरा कपडे केले. तो उभाच होता. त्याचे दातांवर दात दाबणे, ‘ईऽऽई’ करीत किंचाळणे उभ्याउभ्याच चालू होते. अजूनही तो त्याच अवस्थेत होता. मी मुकाट्याने त्याच्या शेजारी बसलो. रिक्षा हलली. धावत्या रिक्षेत गहिवरल्या स्वरात तो फक्त एवढेच बोलला, ‘‘चिंतामणी गेला!’’

‘‘हं’!!’’ मी उदगारलो.

‘‘त्याचा एका फोटो एन्लार्ज केलाय.’’

मला त्याच्या या म्हणण्याचा संदर्भ सापडला नाही. प्रश्न विचारण्याचीही ताकद झाली नाही. मनोमन वाटले, त्याचे असंबद्ध बोलणेही सुरू झालेले दिसते. त्याला वेड लागणार याविषयी मला शंकाच उरली नाही.

आम्ही त्याच्या बिऱ्हाडी आलो. तो बैठकीच्या खोलीत गेला. मी सैंपाकघरात गेलो. कालिंदी वैनी उभ्याउभ्याच शेगडीशी काही करीत होत्या.

‘‘वैनी’’ मी हाक मारली.

त्यांनी मान वळवली. त्यांचे डोळे निश्चल होते. त्यांना बोलणे असे काही सुधारले नाही.

‘‘तुम्ही?’’ एवढेच त्या म्हणाल्या.

‘‘अशोक आला होता बोलवायला.’’

‘‘हं?’’

त्यांनी एक निःश्वास टाकला. त्यांचे डोळे काठोकाठ पाण्याने भरले होते.

‘केशव!’ अशोकची हाक आली.

‘आलो’ म्हणत मी बैठकीच्या खोलीकडे गेलो.

अंधार साकळत आला होता. घरात तसे आणखी कुणी नव्हते. बैठकी मात्र स्वच्छ पसरलेल्या होत्या. चंदनाचा मंद सुगंध खोलीत दरवळला होता. आता काय करायचे ते मला उमगेना. अशोकने फुलांचा एक भला मोठा हार माझ्या हाती दिला. मला काहीच बोध होईना.

‘‘घाला-’’ त्याचे परत ‘अहो, जाहो’ सुरू झाले. ‘‘घाला ना? तो काय चिंतामणी!’’

खरोखर भिंतीवर चिंतामणीची एक भली मोठी तसबीर लटकली होती.

"घाला. तो हुतात्मा आहे!" अशोक हुकूम करावा अशा थाटात ओरडला. माझ्या मनात कापरे भरले. कालिंदी वैनी दरवाजाशी येऊन उभ्या राहिल्या. त्यांचे डोळे आता कोरडे ठणठणीत झाले होते.

"घाला ना!" अशोक तिरसटून पुन्हा ओरडला. माझ्या सर्वांगाला घामाचे पाझर फुटले. मी तो हार त्या आत्महत्यारी तरुणाच्या तसबिरीला घातला. बाजूला झालो.

"बसा" अशोक म्हणाला.

धरून आणल्यासारखा मी शेजारच्या एका खुर्चीवर बसलो. तो त्या तसबिरीशेजारी जाऊन उभा राहिला. सभेत बोलतात तसा बोलू लागला.

"आज चिंतूचा मासश्राद्धाचा दिवस. तो कुटुंबाच्या भल्यासाठी बळी गेला. माझ्या अव्यवहारी वागण्यासाठी त्याला देहत्याग करावा लागला. तुम्ही कवी. कवी समाजातले असामान्यत्व ओळखतात, म्हणून तुमच्या हातांनी त्याच्या प्रतिमेला हार घातला."

एवढे बोलून झाल्यावर त्याचा घसा दाटून आल्यासारखा झाला. तो एका दुसऱ्या खुर्चीवर बसला. हातावर हात दाबणे, दातांवर दात दाबणे– 'ईऽईऽ' असे किंचाळणे तसेच सुरू झाले. मी ते सारे विस्फारलेल्या डोळ्यांनी पाहत होतो. दरवाजातून त्याची पत्नी पाहत होती. माझी अगदी खात्री पटली. अशोक एक वेडा तरी होणार; नाही तर, तो स्वतःचा खून तरी करणार...!

केविलवाण्या नजरेने मी एकदा त्याच्याकडे, एकदा त्याच्या निष्पाप गृहलक्ष्मीकडे आळीपाळीने पाहत राहिलो. कुणीच काही बोलेना. कितीतरी वेळ नुसती घड्याळाची टिक् टिक् कानी येत राहिली. खोलीत गाढ अंधार पसरला. दिवा लावण्याचेही कुणाला सुचेना. त्याची मुद्रा मला दिसेनाशी झाली. त्याच्या पत्नीचा चेहरा पण दिसेनासा झाला.

अशोकच्या आयुष्यातली ही शेवटचीच संध्याकाळ असावी. आणखी तो जगेल असे मला वाटले नाही. त्या तसबिरीतल्या बाहुल्याची माती आणि याच्या शरीराची माती एकाच जातीची होती! माझ्या डोक्यात भलतेच विचार आले. जोरात किंचाळी ऐकू आली. 'ईऽईऽईऽईऽईऽ!'

मी दचकलो. वैनीही दचकल्या. पुन्हा पुष्कळ वेळ अशोक शांत बसून राहिला. त्या अंधारातच आम्ही तिघेजण जिथल्या तिथे खिळल्यासारखे स्थिर

झालो. अशोक तर केवळ एखाद्या पुतळ्याच्या सावलीसारखा दिसू लागला. माझे काळीज टांगल्यासारखे झाले. श्वासोच्छ्वास करण्याची चोरी वाटू लागली. बोजड शांतता अंगठ्याच्या पायावर उभी राहिली. इतक्यात कुठून तरी अतिशय लोभसवाणे सूर आले.

'पियाबिन नही आवत चैन'

कुठे तरी अब्दुल करीम खाँ साहेबांची ध्वनिमुद्रिका वाजत होती. त्या स्वरांनी त्या खोलीत प्रवेश केला. चांदण्याच्या किरणासारखे ते तिथल्या अंधारावर रुपेरी मुलामा चढवू लागले; आणि आश्चर्याची परमावधी ही की, अशोकचे निश्चल पाय हालचाल करू लागले. त्याचा उजवा पाय हलू लागला. ज्या एका ठाय लयीत ते सूर वाजत होते, त्याच लयीत तो पाय हलू लागला. अभिजात गायक असणाऱ्या त्या कलावंताने त्या गीताचा ताल अभावितपणे पकडला.

मी उल्हसित झालो. नि:शब्द भाषेतच माझे मन मला ओरडून म्हणाले, ''हा माणूस बेताल नाही. ताल याच्या हाडामाशी भिनलेला आहे. याचा तोल जाणे शक्य नाही. शक्य नाही. याच्यातला कलावंत याला जिवंत ठेवील!'' मी वेड्यासारखा उठलो. भिंत चाचपडून बटन शोधले आणि दिवा लावला.

अशोकचा पाय मंदपणे ताल देत होता. त्याच्या चेहऱ्यावर एक तृप्तीची लकेर उमटलेली होती. खाँ साहेबांचे स्वर साऱ्या आसमंतात पोहत होते.

'पियाबिन नही आवत चैन!'

काशीयात्रा

पन्नास-साठ वर्षांपूर्वीची गोष्ट. महाराष्ट्रातील खेड्यांत तेव्हा मध्ययुगच नांदत होते. ऋतुचक्राने एक वळसा पुरता घेतला. पुन्हा श्रावण महिना आला. गावाबाहेरचे विटके माळ पुन्हा हिरवाळून आले. गावदरीची राने पुन्हा वाढीला पडली. गावातल्या घाणेरड्या रस्त्यांच्या कडा दूर्वांनी खचून गेल्या; माळवदावरदेखील हराळी मातली. लिंबाबाभळींचा पानपसारा अधिक तजेलदार झाला. चिंचांच्या झाडांवर नखाएवढी फळे लटकू लागली. बारा महिने रखरखीत भासणारा माणदेश इथून तिथून ओलावला. गावातल्या गायकवाडांच्या पडक्या वाड्याच्या जुनाट भिंती पावसाचे पाणी पिऊन फुगल्या. कित्येकींच्या अंगी गवतांचे पोपटी अंकुर फुटले.

परसातल्या जास्वंदीवर लालभडक रंगाची फुले उमलू लागली. आडाजवळच्या ओसाडीत तेरड्यांची झाडे तरारली. त्यांची रंगीबेरंगी फुले खदखदून हसू लागली. उकिरडे देखील हिरवेगार झाले. चिटुकल्या मिटुकल्या निनावी फुलांनी त्यांचे किळसवाणे देह झाकून टाकले. कडव्या उन्हांना कोंबटपणा आला. सारे काही शीतळले. सारे काही उजळले.

गावामध्यावरल्या टोलेजंग वाड्यात नांदणाऱ्या राधाबाई मात्र होत्या तशाच होत्या. श्रावण आला म्हणून त्यांच्या चेहऱ्यावर टकलाई आली नाही की डोळ्यांत आनंदाचा कवडसा चमकला नाही. उपासतापास बारमहाच करीत. श्रावणामुळे ते आणखी वाढले.

राधाबाईंची अंगलट मूळची सुडौल. या उपासातापासांनीच गेल्या चारपाच वर्षांत त्या वाळल्या होत्या. त्यांच्या अंगकांतीच्या केतकीला कसलीतरी कीड

लागली होती. रंगाच्या रसरशीतपणाला वाळकुंजी कळा आली होती. त्या उदास होत्या. निराश होत्या.

तसे राधाबाईंना काही कमी होते असे नाही. घरात तीन गावचे कुलकर्ण होते. काशीनाथपंतांची कमाई चांगली होती. पंचक्रोशीत त्यांच्या नावाविषयी आदर होता. सरकारदरबारी 'वजन' चांगले होते. रानात चाहूरभर जमीन होती. गावात हा भला मोठा वाडा होता. वांझोटेपण होते असेही नाही. त्या दांपत्यापोटी तीन मुली जन्माला आल्या होत्या. मोठी गोदा न्हाती धुती झाली होती. बनी, चनी अजून हदगा नाचण्याच्याच वयात होत्या. मुली थोड्या बापाच्या रंगारूपावर उतरल्या होत्या; पण हुंडागोंडा देऊन, त्यांना उजविता येईल इतकी ऐपत त्यांना खास होती.

नाही म्हणायला थोरली गोदी त्या काळच्या रितीप्रमाणे गळ्यात आली होती. तिला पंधरावे लागले होते. ती पोरगी ठार मुकी होती; पण काशीनाथपंतही मोठा जागा माणूस होता. आपले नाणे पुऱ्या मोलाचे नाही याची त्यांना जाणीव होती. त्यांनी तिच्या लग्नाचे जवळजवळ जमवीत आणले होते. घाटावरच्या कुणा भिक्षुक घराण्यातील एक मुलगा त्यांनी हेरला होता. हुंड्यापोटी पिकता मळा जावयाच्या नावावर करून देण्याचे अभिवचन त्यांनी दिले होते. तिचे लग्न ठरल्यासारखेच होते. राधाबाईंची ती काळजी जवळजवळ मिटल्यातच जमा होती. तरीही त्या उदास होत्या. निराश होत्या. यापुढे आपल्याला अपत्य होणार नाही हे त्यांनी हेरले होते. पहिली पहिली मुले बाळपणीच गेल्यामुळे मुले लहान होती; पण त्या मात्र 'प्रौढ' झाल्या होत्या. आपल्याला साऱ्या मुलीच आहेत, वंशाला दिवा नाही असले काही दुःख त्या वागवीत होत्या म्हणावे तर तसेही नव्हते. थोरल्या दिराचा मुलगा दिगंबर त्यांनी त्याच्या जन्मापासून आपल्या ओट्यात घेतला होता. तो त्यांचा पुतण्या आहे, मुलगा नव्हे असे कधी कुणालाच वाटले नव्हते. तो दिगंबर पंढरपूरला जातो म्हणून गेला होता आणि अद्याप परतला नव्हता. हे एकच दुःख त्यांना करपवीत होते. जाळीत होते.

दिगंबरची आई त्याला जन्म देताच देवाघरी गेली होती. वडिलांनी फक्त त्याला जावळातच पाहिला होता. त्यांनीही त्याचे बालपण खेळवले नाही. तो वाढला राधाबाईंकडेच. त्या दिगंबरला जाऊन आता चार वर्षे झाली होती. चार सालांपूर्वी तो आखाड महिन्यात गेला होता. काशीनाथपंतांनी शोध करण्याचे

सारे प्रयत्न आटोकाटपणे करून पाहिले होते. आता दिगंबराचा विषयच बोलायचा नाही असे ठरवून दैवी आलेली निराशा त्यांनी निश्चयाने पचविली होती. पतीच्या आज्ञेची पाणरेघ देखील न ओलांडणाऱ्या राधाबाईंनी गेल्या वर्षभरात दिगूची आठवण बोलून दाखविली नव्हती; पण त्या उदास होत्या, निराश होत्या. त्यांच्या काळजात बारमहा उन्हाळा रखरखू लागला होता, मन कोळपले होते.

श्रावणाच्या हिरव्या आगमनानेही त्यांचे मन अंकुरले नाही. वाळून चोथा झालेली आशा काही केल्या हिरवळली नाही. त्या वावरत होत्या, नित्याची कामे करीत होत्या, बोलत होत्या, चालत होत्या. पण सारेच कसे मागून आणल्यासारखे चालले होते.

दिगंबर आता येणार नाही याविषयी त्यांचीही आता खात्री पटली होती. निराशेच्या काजळपसाऱ्यात एकच दिवली मिणमिणत होती. राधाबाईंना एक ईश्वरी देणगी होती, पुढे घडणाऱ्या गोष्टी त्यांना अचूकपणे आधी कळत. ध्यानीमनी नसताना त्यांना बोलकी स्वप्ने पडत आणि ती भवितव्याची अचूक चाहूल देत असत. आपली ही अनुभूती त्या कधी कुणाला सांगत नसत; पण समजेल त्या मार्गांनी दुसऱ्यांना सुचवून ठेवीत असत. गोदीच्या वेळी गरोदर असताना त्यांना स्वप्न पडले होते... आपली मोठी गाय व्यायली, तिला कालवड झाली, पण त्या कालवडीच्या तोंडावर जन्मत:च काटेम्होरकी आवळलेली आहे. त्यांनी ते स्वप्न त्या वेळी काशीनाथपंतांना किंवा घरातल्या कोणा वडील मंडळींना सांगितले नव्हते. त्यांना स्वत:ला मात्र मनोमन वाटले होते की, आपल्याला मुलगी होणार आणि ती आमरण मुकी राहणार. त्या कल्पनेनं त्यांना घाबरवून सोडले होते. पुढे झाले होते ते अगदी त्या स्वप्नाबरहुकूम झाले होते. मुकी गोदा आता लग्नाला आली होती.

मागे एकदा काशीनाथपंतांवर काही सरकारी किटाळ आले होते, त्याच्यापूर्वी सहाएक महिने राधाबाईंना स्वप्नात दिसले होते की, आपल्या नवऱ्याच्या बंडीचा बंद तुटला आणि कधी नव्हे ते ते आपल्यावर संतापले. कडाडले. त्यांनी आपल्यावर हात देखील उगारला; पण मारले नाही.

असली एक का अनेक स्वप्ने त्यांना आठवत होती; पण आजकाल त्या स्वप्नांनीही त्यांच्याकडे पाठ फिरविली होती. दिगंबरचा विचार त्या सारख्याच मनी-मानसी वागवीत होत्या आणि तरीही त्यांना दिगंबरविषयीचे स्वप्न पडत

नव्हते. खरं तर त्याचा चेहराच त्या विसरल्या होत्या. एखाद्या दिवशी तो आला तर आपण त्याला ओळखू की नाही, असला वांझ विचार त्यांना उगीचच छळत होता. दिगंबरच्या नाहीसे होण्याने त्या कायमच्या अस्वस्थ झाल्या होत्या.

त्या दिवशी आदित्यवार होता. श्रावणातल्या आदित्यवारी राधाबाई एक व्रत नित्यनेमाने करीत आल्या होता. प्रात:काळी उठल्याबरोबर स्नान होईतो मौन धरायचे. स्नानोत्तर सूर्याची पूजा करायची. घरातल्या मुलाबाळांना जमवायचे. त्यांच्या सर्वांच्या हाती तांदळाचे तीन-तीन दाणे द्यायचे. आपण तीन घ्यायचे. एकाग्र चित्त करून आपण रविवारची कहाणी सांगायची. एकाग्र चित्त करून मुलाबाळांनी ती ऐकायची.

आजही माजघरातल्या घुसळखांबाशी बसून त्या कहाणी सांगत होत्या, चनीबनीबरोबर मुकी बहिरी गोदावरीही त्यांचे कथन ऐकत होती...

‘‘सहाव्या आदितवारी सहावा मुलगा उठला. तळ्याच्या काठी येऊन उभा राहिला. अग अग दासीनो, तुम्ही दासी कुणाच्या? आम्ही दासी प्रधानाच्या. प्रधानाच्या राणीला सांगा... ‘तुमच्या बहिणीचा मुलगा आलाय’ आलाय? काय आलाय?’ बाहेर कुणाचा तरी आवाज आला आणि राधाबाई थोडक्या थांबल्या. माजघराच्या चौकटीतून एक तरुण पुरुष आत आला. उंच आणि सडपातळ. हनुवटीवर कोवळी दाढी वाढलेली. मिशांचा रेशमी मऊपणा दाढीशी येऊन मिसळलेला. अंगावर भगवी छाटी. हातात कुबडी. राधाबाईंनी ते डोळे ओळखले. कहाणी अर्धी सोडू नये ही व्रताची मर्यादा त्यांना अडवू शकली नाही. सर्वांग थरथरल्यासारखे होऊन त्या आवेगाने उभ्या राहिल्या. झेपावत गेल्यासारख्या त्या तरुणाकडे धावल्या. तोही थोडा पुढे आला. मायलेकरांची मिठी झाली. तरुण डोळ्यांच्या कोरीत थबकलेल्या अश्रुबिंदूंनी समोरच्या प्रौढ डोळ्यांतून झरणाऱ्या धारा एकटक पाहून घेतल्या. चनीबनींच्या डोळ्यांत लख्ख प्रकाश पडला... झिम्म्यातल्या टाळीगत टाळी मारीत त्या दोघी ओरडल्या - ‘दिगूदादा, दिगूदादा!’ मुक्या गोदीचे डोळे मुकेपणानेच ओरडले- ‘दिगूदादा आला-’

खरोखरच दिगूदादा आला होता. चार वर्षांनी परत आला होता. थोरला होऊन माघारी आला होता. पोराचा पुरुष झाला होता; पण तो आता प्रापंचिक राहिला नव्हता. मानलेल्या आईचे मानलेले नाते जणू त्याने तोडून टाकले होते. सख्खेपणाला लाजविणाऱ्या चनीबनीच्या नात्याशीही रामदासी दिगंबराचा

कसलाच संबंध उरला नव्हता. काशीनाथपंतांची हरवलेली काठी अचानकपणे गवसली होती. त्या काठीने संन्याशाच्या दंडाचा वेष घेतला होता. काशीनाथपंतांचे हात त्याला धरू धजणार नव्हते. मुलगा भेटला; पण रामदासी होऊन. बैराग्याची वस्त्रे पांघरून. वास्तविक मुलगा आला या घटनेने कुलकर्ण्यांच्या आनंदाला उधाण यायचे. पण सारे घर उलटे मलूल झाले. उताला यावा तो आनंद आतल्या आत नासून गेला. साऱ्या दुधाण्याचीच रया गेली. गावकऱ्यांच्या झुंडी भेटायला आल्या. गावातल्या आयाबाया बघायला आलया. शेजारपाजारच्या गावांतले सगेसोयरे खबर मिळताच टाकोटाक येऊन बसले. दिगंबर सर्वांना भेटला. नुसते हसला. बोलला फारसे नाही. सारे संभाषण त्याने एकाच वाक्यात गोठवून टाकले होते–

"जय जय श्रीराम!"

अनेकांनी अनेक तऱ्हेने विचारले, दिगंबर बोलता झाला नाही. गेल्या चार वर्षांत काय व कसे घडले ते त्यांने कुणालाच सांगितले नाही. राधाबाईंनी तीन रात्री रडून काढल्या. काशीनाथपंतांनी अनेकदा पाठीवर हात फिरवीत त्यांना समजावले– 'जे पोटी आले नाही ते हाटी कुठून मिळेल? किती रडाल? दिगंबर देवाचा होता. देवानं त्याला आपला केला. तो आला यात सारे मिळाले–' राधाबाईंचे डोळे कोरडे झाले; पण त्यांच्या नाकपुड्यांतील कापरा वारा कापतच राहिला. गळ्यातला आवंढा बोलणे – भाषण अडवीतच राहिला.

चवथ्या दिवशी रामदाशांचा एक जथाच्या जथा दरवाजाशी आला. त्यात तरणे होते. प्रौढ होते. एकदोघे म्हातारेही होते. सारे रामदासी भगव्या छाट्या ल्यायलेले. रामरसायन प्यायलेले. त्या साऱ्यांनी राधाबाईंच्या वाड्यांत तळ ठोकला बरोबर आणलेला भला मोठा चंदनी देव्हारा ओसरीवर ठेवला. देव्हाऱ्यात रामसीता–लक्ष्मणांच्या देखण्या प्रतिमा बसविल्या. उजाडल्यापासून मध्यरात्रीपर्यंत सोहळे सुरू झाले. भूपाळ्या, पूजा, आरत्या, श्लोक, सवाया, दासबोधाचे पाठ अखंडपणे दुमदुमू लागले.

त्या भाविक जोडप्याच्या वाड्याचा जणू सज्जनगड झाला. गावकरीही भक्तीने जमू लागले. राधाबाई दुःखीकष्टी होत्या तरी मन लावून साऱ्यांचे करू लागल्या. दिगंबर तर रामनामाशिवाय अक्षर बोलत नव्हता. त्याचे साथीदार गात होते. नाचत होते. दिवसातून दहादा दिगंबराच्या पायांवर डोकी ठेवीत होते. ते कोण होते तेही काशीनाथपंतांच्या कुटुंबीयांना कळले नाही. त्यांची बोली काही वेगळी

होती. मराठीसारखी वाटे; पण ती मराठी नव्हती.

आयाबाया विचारू लागल्या की राधाबाईंच्या जिवाची तल्खील होत राही. चनीबनी बावरलेल्या चिमण्यांसारख्या दुरून दुरून भिरभिरत. गोदी आचारी का बिचारी होई. काशीनाथपंत सारे भिजल्या डोळ्यांनी पाहत राहत. कुणाला काहीच कळले नाही. बरोबरची मंडळीही रामानंदी. त्यांनी काही म्हटल्या काही सांगितले नाही. स्नाने, संध्या, भोजनपंक्ती सारे होत राहिले. पण दिगंबर रामदासी कसा झाला हे कुणालाच कळले नाही. विचारणेही कुणाला साधले नाही.

एके दिवशी पूजा आटोपली. आरत्या, सवाया सरत्या झाल्या; आणि शिष्यांनी मूर्ती उचलल्या. देव्हारा हालवला. वळकट्या बांधल्या जाऊ लागल्या. यात्रा हालल्याची चिन्हे अचानक दिसू लागली.

मग मात्र राधाबाईंच्याने राहवले नाही. त्यांनी पटकन अत्यावेगाने जाऊन दिगंबराचे पाय धरले, काकुळतीची परमावधी करून त्या म्हणाल्या, 'दिगंबर, नको रे जाऊस. असाच का होईना; पण इथं राहा. अनाथ होतास म्हणून तुला पदराखाली घेतला. अनाथाचा सनाथ केला. तू आम्हांला अनाथ करू नकोस!'

ध्यानस्थ दिगंबराने डोळे उघडले. थोडेसे हसल्यासारखे केले. बस्स, एवढेच! तो काही बोलला नाही. राधाबाई गहिवरल्या अंगाने किती वेळ उभा राहिल्या. दिगंबरने परत डोळे मिटून घेतले. तोंडावर पदर घेऊन राधाबाई त्वरेने आत गेल्या. बाळंतघराच्या अंधारीत जाऊन बसल्या. त्यांच्या आसूंचे ओहळ जणू काळजाच्या समुद्राला मिळाले.

"जय जय श्रीराम!" दिगंबर मोठ्यांदा ओरडला. सेवकवृंद गोळा झाला. हाताच्या खुणेनेच त्याने प्रस्थान रहित केले. जथ्यातील मंडळीच्या बांधलेल्या वळकट्या मोकळ्या झाल्या. देव्हारा जाग्यावर आला. मूर्ती परत विराजमान झाल्या. पुनः सुरू झाले... भूपाळ्या, पूजा, आरत्या, श्लोक, सवाया, दासबोधाचे पाठ–

राधा बाई सर्वांचे करू लागल्या. काशीनाथपंत अबोलपणे पाहू लागले. चनीबनी धरून आणल्यागत बसू लागल्या. गोदी आईच्या मदतीत रमली. वाड्याच्या दरवाजाला साऱ्या गावाचे पाय लागू लागले. दिगंबरच्या पायावर अनेकांच्या भाग्यरेखा उजाळा घेऊ लागल्या. कुणी न सांगताच सारी लहान थोर मंडळी दिगंबराच्या नावाचा उल्लेख 'दिगंबर बुवा' असा करू लागली. राधाबाईच्या मनात सुख आणि दुःख यांची दोन झाडे चढाओढीने वाढू लागली.

एका संध्याकाळी परसातल्या तुळशीकट्ट्यावर राधाबाई एकट्याच बसल्या होत्या. ओसरी व परसू यांत खूपच अंतर होते. बाहेरचा शब्द आतपर्यंत येईल असे नव्हते. राधाबाईंचे मस्तक रिते झाल्यासारखे झाले होते. त्या बसल्या होत्या. वाऱ्यालाच बसावे म्हणूनच बसल्या होत्या; पण वाऱ्याच्या झुळुका त्यांना जाणवत नव्हत्या. आपण बसलो आहोत की उभ्या आहोत हेच त्यांना कळत नव्हते. समोरच्या दारातून दिगंबर आत आला. मंद मंद पावले टाकीत अगदी आईच्या शेजारी आला. राधाबाई वेड्यागत त्याच्याकडे नुसत्या बघतच राहिल्या. त्यांनी 'बैस' म्हटल्याने तो बसणार नव्हता. विचारल्या प्रश्नाचे उत्तर त्याच्याकडून मिळणार नव्हते. त्या बोलल्या नाहीत की जागच्या हलल्या नाहीत. एखाद्या चित्राकडे पाहत राहावे तशा त्या केवळ बघत राहिल्या. पाहता पाहता त्यांच्या डोळ्यांची भिंगे भिजली. कडा पाझरू लागल्या. गळ्यातून गहिवर वर सरू लागला. ओठ थरारले. त्या बोलल्या नाहीतच. कटाक्षाने बोलल्या नाहीत. मुलगा रामध्यानी झाल्याची जाणीव त्यांना पदोपदी गोदीच्या अवस्थेत नेऊन ठेवीत होती.

"आई" –दिगंबर होऊनच बोलला.

जणू किती जन्मांनंतर राधाबाईंनी दिगंबरची ती हाक ऐकली. डोळ्यांतले पाणी गालांवर ओघळले. अडलेल्या गहिवराचा एक चमत्कारिक सूर फुटला. काळजाचा कंद हरपाकळीने उमलून आला. तरी त्या बोलल्या नाहीत. कटाक्षाने बोलल्या नाहीत.

रामदासी दिगंबर आईच्या शेजारी बसला. पुन: त्याने हाक मारली "आई" लग्न ठरत असल्याचे कळले तेव्हा गोदीची अवस्था झाली होती तशी काहीशी अवस्था राधाबाईंची झाली. मुलाने आपण होऊन आईच्या पाठीवर हात ठेवला. सारी दुःखे शीतळली. सारी शल्ये बोथटली. सारे काही मिळाले.

"आई–"

"दिगंबर! दिगू"–

"मला आता गुंतवू नकोस. मला गेलं पाहिजे!"

"कुठं जाणार तू?"

"काशीयात्रेला"...

राधाबाईंना लाखो प्रश्न विचारायचे होते. त्यांनी विचारले नाही काहीच. उत्तरे मिळणार नाहीत याची त्यांना खात्री होती. मायलेकरे दोघेही गप्प झाली.

एकाएकी अवसान आल्यासारखे करून राधाबाई म्हणाल्या– ''दिगू–''

दिगूने त्याच गूढ डोळ्यांनी आईकडे पाहिले. राधाबाईंचा प्रश्न मात्र थबकला नाही. फेकलेलं फूल नेमकं देवावर पडावं तसं एक वाक्य त्यांच्या तोंडून दिगंबरच्या कानी पोचलंच पोचलं–

''मला घेऊन चल काशीयात्रेला–''

''म्हणजे?''

''म्हणजे मुलगा म्हणून तुझं कर्तव्य संपलं.''

''ठीक – कर तयारी. आठवड्याभरानं निघायचं.''

दिगंबर निघून गेला. आदित्यवाराच्या कहाणीतील महारोग्यासारखा राधाबाईंचा सारा देह जणू सुवर्णाचा झाला. वसा घेतल्याचे फळ मिळाले. साती दरवाजे उघडले. साऱ्या शरीरात लख्ख प्रकाश पडला.

गोदीच्या लग्नाचा प्रश्न देखील न काढता काशीनाथपंतांनी राधाबाईंना अनुमती दिली. 'चनीबनीला गोदी सांभाळील' या पत्नीने सुचविलेल्या व्यवस्थेवरही त्यांनी शंका घेतली नाही. राधाबाई मुलाबरोबर काशीयात्रेला निघणार, हे निश्चित झाले. शेजारपाजारणी फराळाचे करण्यासाठी जमू लागल्या. घरातल्या अखंड नामसंकीर्तनामुळे बावरून गेलेल्या छोट्या पोरांनी बरोबर येण्याचा हट्ट धरला नाही.

गावकऱ्यांनी एक विचार केला. दिगंबरबुवांना थाटाचा निरोप द्यायचे ठरले. आता मात्र राधाबाईंना सत्पुरुषाची आई झाल्याचा आनंद हळुवारपणे कुरवाळू लागला. त्या सुखावल्या. प्रपंचाचा काच त्यांना कळेनासा झाला. लेकाच्या मागोमाग त्याही परमार्थाच्या पायरीशी पोचल्या. काशीयात्रेची सिद्धता मोठ्या हौसेने करू लागल्या.

चांदणं टिपूर पडलं होतं. घर झोपी गेलं होतं. गाव निद्राधीन झालं होतं. एकट्या राधाबाई जाग्या होत्या. सत्पुरुष झालेल्या मुलाबरोबर काशीयात्रा करण्याचं भाग्य त्यांच्या कानाशी सारखी गीतं गात होतं. भूपाळ्या म्हणत होतं. मंत्रोच्चार करीत होतं. सवाया म्हणत होतं. मनाचे श्लोक सादवीत होतं. एकाग्र चित्ताने त्याचं ते संकीर्तन ऐकत राधाबाई तुळशीकट्ट्यावर बसल्या होत्या. स्वत:जवळ बसण्याची त्यांची तीच एक जागा होती. मंजिरींनी डवरलेलं तुळशीचं रोपटं भलं मोठ्ठं होऊन छायारूपानं समोरच्या भुईवर आंदोळत होतं. एकाएकी परसाच्या दाराची कडी कुणीतरी बाहेरून खटखटवली.

"कोण आहे?" अवेळ झाली आहे हे मुळीच ध्यानी नसल्याने राधाबाईंनी सहज उठत प्रश्न केला.

"मी-"

तुळशीवृंदावनाकडून दारापर्यंत जाताना राधाबाईंना स्वच्छपणे वाटलं - गोदी असावी. दिगंबर आला. माझ्याशी बोलला. मला काशीयात्रेसाठी बरोबर न्यायला तयार झाला. गोदीला वाचा का नाही फुटणार! पण इतक्या रात्री ती बाहेर कशाला जाईल!- भल्या भ्रमिष्टपणाने राधाबाईंना भारून टाकलं होतं. त्यांनी आडणा ओढला, कडी काढली. दार उघडे करण्याच्या आधी विचारलं.

"कोण ग?" म्हणत दारे उघडी केली.

त्या मनोहर चांदण्यात एक मनोहरच मुद्रा त्यांच्या समोर आली.

"पऱ्यागा?"

"हूं-"

"का ग? इतक्या रात्री?"

बाबा वाण्याची प्रयागा आत आली. ती एक पांढरं शुभ्र पातळ नेसली होती. चांदणंच नेसून आलीय की काय असं बघणाऱ्याला वाटावं. राधाबाई पुढे आणि प्रयागा मागे. दोघीही तुळशीकट्ट्याकडे आल्या. राधाबाईंनी वळून पाहिले. प्रयागाचे पांढरे शुभ्र दात चांदण्या चमकल्यासारखे चमकले. ती हसली. राधाबाई आणखी पुढे झाल्या. ती पाठोपाठ आली. प्रयागाच्या कमरेखालच्या पुष्ट भागावर काही तरी झळाळले. सोनसाखळीत गुंतवलेले तिच्या गळ्यातले सोन्याचे लिंग तिथपर्यंत लोंबत होते. ते चमकले.

प्रयागा गावच्या धनिक वाण्याची एकुलती एक लेक. बिचारी विधवा झालेली होती. नक्षत्रासारखे तिचे रूप अनाघ्रातच राहून गेले होते. वयाने तिशी उलटली, तरी तिची अंगलट लोभसवाणीच राहिली होती. राधाबाईंच्या घराखेरीज ती गावात कुठं जात येत नसे.

दोघीही तुळशीकट्ट्यावर बसल्या.

"कधी निघणार यात्रेला वैनी?" प्रयागाने विचारले.

"परवा म्हणताहेत बाई-"

"मला नेणार का? बाबांची परवानगी आहे-"

"काशीयात्रेला?"

"मग काय करू तर!" प्रयागा हे वाक्य असे काही बोलली की, तिच्या

तनामनाची सारी व्यथा राधाबाईंच्या आनंदावर एकाएकी ढगाळून आली. त्या थोडा वेळ गप्प बसल्या. प्रयागाचे डोळे पाणावले. तिने पदराच्या शेवाने आपल्या नाकपुड्या साफ केल्या.

"वैनी-?" प्रयागाच्या डोळ्यांत चांदणे झाकळले. राधाबाईंना शिवलीलामृतातील हरिणी आठवल्या.

"विचारते," त्यांची सहानुभूती पटकन् बोलून गेली.

"स्वामींना?" उल्हसित होऊन प्रयागाने प्रश्न केला.

आपल्या दिगंबरचा उल्लेख 'स्वामी' म्हणून झाल्याचे ऐकून राधाबाई उगीचच बावरल्या. कसल्यातरी अभिमानाने तो बावरेपणा हिरिरीने बाजूला सारला. अभिमानी पण करुणार्द्र स्वरात त्यांनी नि:शब्द वचन देऊन टाकले-

"हं-"

प्रयागाने तारांकित आभाळाला हात जोडले. डोळे मिटले. भावपूर्ण आवाजात ती म्हणाली- "त्या सत्पुरुषाच्या बरोबर काशीयात्रा घडली म्हणजे कुडीचं सार्थक झालं. काशीविश्वेश्वरानं करावं एवढं!"

"फार उशिरा सांगितलंस-"

"त्यात काय! एक दिवसात तयारी होईल. तुम्ही विचारलंत तर नाही म्हणणारच नाहीत स्वामी-"

प्रयागा निघून गेली, तरी पुष्कळ वेळ राधाबाई तुळशीकट्ट्यावरच बसून होत्या. प्रयागा खरोखरच धुतल्या तांदळासारखी होती. बालवयात वैधव्य आलं होतं तिला; पण बोरातल्या अळीसारखी ती बापाच्या मायेतच नांदत होती. बापाच्या घरात पैसा मावत नव्हता. त्यात तिच्या सासरची लक्ष्मीही तिचा पदर धरून माहेरी आली होती. प्रयागाला ते सारं शिवनिर्माल्य होतं. व्रतं, वैकल्यं, उपवास, वाचन यांतच ती बापडी काळ घालवत होती. अलीकडे ती रोज रामदर्शनाला येत होती. राधाबाईंना विचारून परत जात होती. त्या दु:खी निष्पाप जीवाची काशीयात्राही आपण करविलीच पाहिजे असे राधाबाईंच्या मनाने घेतले.

भीतभीतच दुसऱ्या दिवशी त्यांनी दिगंबरला विचारले. ती कशी साध्वी आहे हे सांगायला सुरुवात केली. दिगंबर निर्विकारपणे म्हणाला- "तुला वाटलं तर घे बरोबर. पंधरा आहोत, ती सोळावी."

सारे गावकरी वाड्यापुढे जमा झाले होते. सारे आप्तस्वकीय अंगणात गोळा झाले होते. शिष्यांनी रामरायाची पालखी उचलली होती. अयोध्यानाथाच्या

नावाचा जयजयकार चालविला होता. रामनामाच्या गाड्या चालू झाल्या. दिगंबरस्वामींनी पाऊल उचलले. सत्पुरुषाची धन्य माता होऊन राधाबाईही काशीयात्रेला निघाल्या. चारी धामे आटोपून त्या तीन महिन्यांनंतर परत येणार होत्या. आता निघताना परतीचा विचार त्यांच्या डोक्यात नव्हता. या जाण्याला जणू परतणे नसतेच, अशा विश्वासाने त्या सर्वांचा निरोप घेत होत्या. भावकीतल्या वडीलधाऱ्यांच्या पायांची धूळ त्यांनी कपाळावर घेतली. काशीनाथपंतांना लवून नमस्कार केला. चनीबनीला कुरवाळले. गोदीला पोटाशी घेतले. डोळे मुळीच न ओलावता हसऱ्या मुद्रेने त्यांनी सर्वांचा निरोप घेतला.

यात्रा निघाली. सामानाच्या गाड्या, रामरायाची पालखी दिगंबरस्वामी असा क्रम आपोआपच आकारला. लेकाच्या मागोमाग आई आणि ती वाण्याघरची विधवा प्रयागा. यात्रा निघाली. बोलले कुणीच नाही. एक जयजयकार घुमला. 'जयजय रघुवीर समर्थ.'

यात्रेने गाववेस ओलांडली. ओढा पार केला. यात्रेतले शेवटचे प्रवासी राधाबाई आणि प्रयागा वाकणावर अदृश्य झाले, तेव्हा पोचवायला गेलेली मंडळी परत फिरली. काशीनाथपंतांचे काळीज तेव्हा उगीचच जडभारी झाले. शेवटी वळताना पत्नीने केवळ मागे वळूनही पाहिलं नाही, या जाणिवेने ते थोडे कष्टी झाले. काहीतरी खचल्याचा भाव उगीचच त्यांच्या मनाला पोखरू लागला.

अबोल झालेले काशीनाथपंत आणि मुकी गोदावरी राधाबाईंचे घर सांभाळू लागली. नामसंकीर्तनाच्या सपाट्यात वाहून गेलेली चनीबनीची बडबड पुन्हा सुरू झाली. आईच्या आठवणीने त्या कोवळ्या पोरी वेळी-अवेळी डोळे गाळू लागल्या.

'आई कधी येणार?' हा प्रश्न वारंवार वडिलांना विचारू लागल्या. काशीनाथपंत कसल्या विचारांत होते कोण जाणे, एक रात्री दरडावल्यासारख्या स्वरात त्यांनी पोरींना सांगून टाकले, 'ती आता येणार नाही.'

आई देवाला गेली, का देवाघरी गेली हे त्या चिमुरड्यांना कळेनासे झाले.

मार्गेसर महिन्यात काशीनाथपंतांनी गोदीचे लग्न उरकून घेतले. काही गाजावाजा न करता समारंभ पार पाडला. पत्नी हयात असताना त्यांच्या घरातले पहिले कन्यादान, त्यांना परहस्ते पार पाडावे लागले. गोदी नांदायला गेली. दोन पोरींना घेऊन काशिनाथपंत संसार करू लागले. त्या चिमुरड्या पोरी पोक्तासारख्या सैंपाकपाण्यात ध्यान देऊ लागल्या.

वडिलांना विचारण्याची सोयच नव्हती. आपापसांतच चनीबनीची प्रश्नोत्तरे होऊ लागली.

"बने–"

"काय?"

"आई कुठं असेल आता?"

"कुणाला ठाऊक."

"पत्र का येत नाही?"

"पाठवायचं नसतं."

"का?"

"दिगूदादानं पाठवलं होतं का कधी पत्र?"

"पण तो आला होता."

"मग आई देखील येईल की."

"कधी?"

याचे उत्तर मात्र बनीला सुचत नसे.

काशीनाथपंत चारआठ दिवसांनी बाबा वाण्याच्या पेढीवर जात असत. प्रारंभी प्रारंभी त्याच्या लेकीची पत्रं आली. नाशिकच्या मुक्कामापर्यंतची खुशाली काशीनाथपंतांना कळली. पुढे प्रयागाची तिच्या वडिलांना येणारी पत्रेही बंद झाली. यात्रेकरूंचा आाणि त्यांच्या आप्तांचा संबंध तुटला; पूर्णपणे तुटला.

वैशाखी उन्हाळ्याने माणदेशावर आगीचा नांगर चालवण्यास प्रारंभ केला. गावाबाहेरचे माळ रणरणू लागले. गावातला फुफाटा भाजू लागला. कडू लिंबाला पालवी फुटली. गोडपणा म्हणून कुठे हवेत उरला नाही. एका घामेजलेल्या रात्री काशीनाथपंत आणि बाबा बोलत बसले होते. मध्यरात्र टळून गेली होती. पेढीवरच्या बैठकीवर ते बोलत बसले होते. दहावीस पाकळ्यांचा एक लामण दिवा पेढीवर लोंबकळत होता. तेल संपल्याने, त्याच्या चारपाच ज्योती क्षीण होत होत विझून गेल्या; तरी त्या दोघांची बोलणी चाललीच होती. उभ्या गुडघ्यांभोवती आवळलेला उपरण्याचा जेठा सैल करीत काशीनाथपंत म्हणाले, "आमच्या हिचं ठीक आहे. नाही म्हटलं ती परमार्थाच्या वयात आली आहे; पण प्रयागा–"

"ती तर बैरागीणच आहे."

"म्हणजे?"

''अहो पंत, नवरा गेल्यापासून गोड पदार्थ तिनं ओठांजवळ नेलेला नाही. घरात एवढे ऐश्वर्य आहे. शिसवी, पितळी पलंग आहेत; पण ही झोपायची घोंगडीवर. दागिन्याला तर कधी हातच लावला नाही तिनं. गळ्यात लिंग आहे तेवढाच सोन्याचा स्पर्श. तिजोऱ्या भरल्या आहेत. उपयोग काय! मला नाही वाटत ती परत येईल. ती मुक्तच आहे.''

''मग?''

''मग काय! जावई गेला तेव्हा आपण काय केलं?''

नंतर थोडा वेळ दोघेही गप्प झाले. स्वत:शीच बोलत राहिले. एकाचा शब्द दुसऱ्याला ऐकू गेला नाही. हातपंख्याच्या वाऱ्यानं की काय जाणे, लामणदिव्यातील उरलेली ज्योतही गप्पकन विझली आणि सारा अंधार झाला.

'बराय येतो' एवढंच म्हणून काशीनाथपंत उठले. बाबा वाणी किती वेळ तसाच अंधारात बसून राहिला होता कुणाला ठाऊक.

राधाबाई काशीयात्रेला गेल्या, त्या गोष्टीला वर्ष होऊन गेलं. बाबा वाण्यानं निरनिराळ्या पेढ्यांना पत्रं लिहून पाहिली. दिगंबर रामदासी आणि त्यांचे यात्रिक यांचा पत्ता कुणालाच आणि कुठेच लागला नाही.

दिवाळीसाठी आलेली गोदी लगालगा चावडीसमोर आली. काशीनाथपंत काही काम बघत होते ते एकदम चमकले. घरातल्या बायका सहसा चावडीवर येत नाहीत. त्यातून अशा कातर वेळी. ते घाबऱ्या घाबऱ्या उठले आणि जोत्याच्या कडेला आले. गोदी घामाघूम झालेली होती. तिला वरधाप लागली होती. तिच्या गळ्यातून एक केविलवाणा स्वर मात्र निघत होता.

''क्काय?'' तोंडाने ओरडत व हातांनी खुणा करीत काशीनाथपंतांनी विचारले. गोदीने खुणेनेच काही सांगितले. चावडीत बसलेल्या बाकीच्या मंडळींना 'आलोच' एवढं सांगण्याचे भानही काशीनाथपंतांना राहिले नाही. घाईघाईने बैठकीकडे येऊन, खुंटीवरचा रुमाल त्यांनी काढून घेतला. तो डोक्यावर ठेवला. पायांत जोडा सरकवला आणि घाईघाईने पळत गेल्यासारखेच ते लेकीच्या पाठोपाठ निघून गेले.

होय, राधाबाई परत आल्या होत्या. एकट्याच. आपल्या घरात येऊन त्या त्याच तुळशीवृंदावनाच्या कट्ट्यावर बसल्या होत्या. गोदीपाठोपाठ काशीनाथपंत परसदारी आले. राधाबाई उठल्यादेखील नाहीत. त्यांचे डोळे शून्याकार झाले होते. मावळत्या सूर्याच्या उजेडात त्यांचे ध्यान विलक्षणच दिसले.

“राधा – तू आलीस–” काशीनाथपंत बेभानपणे म्हणाले. एक नाही, दोन नाही. राधाबाई उभ्या राहिल्या. त्यांना नीट उठवत देखील नव्हते. त्या पूर्ण बदलल्या होत्या. मुद्रा कोळपली होती. केस विस्कटले होते. कपडे फाटले होते. अंगलट तर सर्वस्व काढून घेतलेल्या चिपाडासारखी. त्या उठल्या आणि तशाच भेलकांडत भेलकांडत आत गेल्या.

‘गोदे, ही बोलत का नाही?’ काशीनाथपंत वेड्यासारखे मोठ्यांदा ओरडले. मुकी गोदावरी काय सांगणार वडिलांना? तिने पाची बोटांची जुळवण आपल्या ओठाजवळ नेली. हात आणि मान नकारार्थी हालवीत खुणेने सांगितले, ‘ती बोलत नाही.’ काशीनाथपंतांना काय करावे ते सुचेना. त्यांना उभ्या उभ्याच मूर्च्छा आल्यासारखे झाले.

राधाबाई गेल्या त्या दिशेनेच काशीनाथपंत घरात गेले. त्यांच्या नेहमीच्या शेजघरातच त्या अचूक येऊन पडल्या होत्या. त्यांनी पाहिलं, राधाबाईंची अवस्था चिंताजनक आहे. दिगंबर एकाएकी आला होता. तशाच त्याही आल्या होत्या. तो बदलला होता, तशाच त्याही बदलल्या होत्या. मुलाबरोबर काशीयात्रेला गेलेल्या राधाबाई आज परत आल्या होत्या. एक वर्षाने आल्या होत्या. मध्ये काय घडले, याचा धागा काशीनाथपंतांना सापडत नव्हता. त्यांनी परत अनेक वेळा हाका मारून पाहिल्या– ‘गोदाची आई – राधा ऐकलंस का – ए वेडे–’

काही नाही. प्रतिसाद म्हणून नाही. नुसते शून्याकडे पाहत राहणे. बघता बघता राधाबाईंच्या जिवाची तल्खील चालू झाल्याचे काशीनाथपंतांना दिसले. चावडीकडची माणसे नेमकीच त्या वेळी चौकशीला आली. कुठं शेजारीपाजारी गेलेल्या चनीबनी पण परत आल्या. चार–दोन बायका वाट काढीत येऊन, राधाबाईंच्या उशापायथ्याशी बसल्या. त्या कुणाशी काहीच बोलेनात. त्यांना वरश्वास लागल्यासारखा झाला. डोळ्यांच्या बुबळांची वेडीवाकडी हालचाल सुरू झाली. कुणीतरी कोणालातरी, गावातल्या वैद्याला बोलवायला पाठविले. बाबा वाणीही येऊन पोहोचला. कोण काय विचारणार आणि कोण काय सांगणार!

हां हां म्हणता लहानथोर मंडळी, सारा गाव वाड्यात जमला. सगळीकडे बातमी उठली. ‘राधाबाई आल्या आणि आल्या त्या भ्रमिष्ट होऊन.’

भ्रमिष्टापेक्षाही भयंकर अवस्था झाली होती काशीनाथपंतांची. त्यांनी पत्नीचे डोके मांडीवर घेतले होते. ती आता आपल्याला लाभत नाही याविषयी त्यांची

खात्री झाली होती. राधाबाईंनी डोळे फिरवले. त्यांच्या ओठांची काहीतरी हालचाल झाली. शब्द अर्थातच उमटला नाही. हुंदका आवरून काशीनाथपंत म्हणाले, 'अरे, गंगा आणा कुणीतरी, देव्हाऱ्यावर आहे.'

गंगेचे नाव कानी पडताच राधाबाईंनी धनुर्वाताच्या रोग्यासारखी एक भीतिदायक उसळी मारली.

गंगोदकाचा गडू, त्याचे तोंड फोडून; कुणी तरी पंतांच्या हाती दिला. पंत त्यातील पवित्र तीर्थ मरणोन्मुख राधाबाईंच्या उघड्या ओठांत घालणार एवढ्यात राधाबाई पुन्हा उसळल्या. एका हाताच्या होलपाड्यासरशी त्यांनी तो गडू उडवून दिला.

"नको-" सीमेचे कष्ट सोसून त्यांच्या वाणीतून एक शब्द उमटला. त्या बोलू लागल्या या घटनेने भानावर येऊन काशीनाथपंतांनी हलकेच त्यांचे केस कुरवाळले. अत्यंत हळू आवाजात त्यांनी राधाबाईंना विचारलं-

"गंगोदक का नको?"

बाबा वाणी तो गडू उचलून घेऊन त्यांच्या पायथ्याशी आला. राधाबाई काशीनाथपंतांकडे एकटक पाहत होत्या. ओठ पुन: थरथर कापले. आपल्या क्षीण हातांनी त्यांनी पंतांचा चेहरा आपल्याकडे ओढला. कानाशी ओठ भिडविण्याची खटपट करीत त्या बोलल्या-

"माझ्या दैवी काशी नाही, गंगा नाही. मी पापिणी आहे. काशीच्या वाटेवर पाप पाहिले. दिगंबर... दिगंबर... आणि प्रयागा...!"

"प्रयागा आणि बुवा!" बाबा वाणी दचकल्यासारखा ओरडला. काशीनाथपंतांचे सर्वांग कोंदटल्यासारखे झाले. त्यांच्या काळजाचा ठोका थांबल्यागत झाला. मग एकाएकी धडपड सुरू झाली. मस्तकात कोलाहल माजला.

राधाबाईंची मान उशीवरून कलंडली होती. हालचाल बंद झाली होती. तो पापाचा प्रसंग प्रत्यक्ष पाहिलेले त्यांचे डोळे - पापभीरू डोळे - अजूनही उघडेच होते; पण त्यांत प्राणांचे अस्तित्व राहिले नव्हते.

◆◆◆

काळजी

मुलगा आणि सून, त्यांना 'शास्त्रीबुवा' म्हणून हाका मारीत. एकुलता एक नातू बोलायला शिकला, तेव्हा तोही त्यांना म्हणू लागला,- 'शास्लीबुव्वा!'

महेश्वरशास्त्री मनोमन तृप्त होते. प्रापंचिकाला ज्या ज्या सुखांचा हव्यास असतो, ती ती सुखे त्यांना लाभली होती. वडिलार्जित वास्तू अजून धडधाकट होती. कर्तासवरता झालेला मुलगा, त्या वास्तूत नवनव्या सोयी करून घेत होता. त्यांना त्याचे ते करणे आवडत होते.

आयुष्यभर राबून, त्यांनी निर्माण केलेली ग्रंथरचना विद्वानांना मान्य झालेली होती. जड, भारी किमतीचे, त्यांचे वेदांतावरील ग्रंथ, बेताबेताने पण खपत होते. पैशांचा प्रवाह खंडित होत नव्हता. त्यांच्या कृतसेवेचे पारितोषिक म्हणून राज्य सरकारने त्यांना काही मानवेतन चालू केले होते. केंद्र सरकारने 'महामहोपाध्याय' असे बिरुद मोठ्या कृतज्ञतेने त्यांना अर्पण केलेले होते. समाजात मान्यता होती. कुटुंबात आनंद नांदत होता. शरीरप्रकृती हेवा करण्याइतकी सुदृढ होती. वयाची सत्तरी उलटली, तरी त्यांचा उत्साह वाढता राहिला होता. ते अजूनही संशोधनाचे काम करीत होते. मौलिक ठरावे असे लिखाण अखंडपणे करीत होते.

माथ्यावर पुणेरी पगडी, अंगात बंदांचा अंगरखा, त्यावर करवतकाठी उपरणे, अशा वेषात शास्त्रीबुवा सायंकाळी देवदर्शनाला निघाले म्हणजे भेटणारी माणसे त्यांना अदबीने नमस्कार करीत. शाळा-कॉलेजांतील टारगट पोरट्यांची बडबडदेखील त्यांना पाहिल्याने मुकी होई.

सायंकाळचे देवदर्शन आणि फिरणे ते एकाच फेरीत साधून घेत. तसा कर्मकांडाचा बडिवार त्यांनी मुळीच सांभाळलेला नव्हता. दोन वेळची संध्या ते

न चुकता करीत, इतकेच. बाकी सर्व वेळ ते अयोध्यानाथाच्या देवळातील एका खोलीत लेखन-संशोधनाच्या कामात गढून जात.

शास्त्रीबुवांचे घराणे जितके नामवंत तितकेच जुने. दंतकथांना ज्ञात असलेला त्यांच्या घराण्यातील कुणी पुरुष असाच वेद-विद्या-पारंगत आणि ईश्वरनिष्ठ होता. कोणा एका जागी, त्याने शंकराचे मंदिर बांधावयास घातले. योगायोग असा की, त्या मंदिराच्या पायासाठी पहिला खड्डा घेताना, द्रव्याने भरलेला एक हंडा हाती लागला. त्या निर्लोभी पुरुषाने त्या संपत्तीला स्पर्श केला नाही. बैलांच्या गाडीतून तो हंडा त्याने पुण्यापर्यंत आणविला. श्रीमंत बाजीराव पेशव्यांपुढे ठेवला. ही वार्ता पेशव्यांच्या धर्मनिष्ठ पत्नीला समजली. तिने पेशव्यांजवळ मागणे मागितले, ''हे द्रव्य किती आहे ते मोजावे, तितकेच द्रव्य सरकारातून भरीस घालावे. शास्त्रीबुवांना आज्ञा करावी की, सर्व द्रव्याचा व्यय ठायी ठायी शिवमंदिरे बांधण्यात करावा!''

राजपत्नीची ती इच्छा मानली गेली. त्या निर्लोभी पुरुषाने पुण्याच्या आसपास चार व प्रत्यक्ष पुण्यात दोन शिवमंदिरे बांधली. आज महेश्वरशास्त्री नांदत होते ते मंदिर याच इतिहासाचे साक्षीदार होते. त्या पुरुषाने बांधलेल्या मंदिरांतील एका मंदिराच्या परिसरात आज ते नांदत होते.

मुठेच्या काठावरचा भला मोठा भाग या मंदिराने व्यापला होता. देऊळ हेमाडपंती बांधणीचे भरभक्कम होते. या मंदिराशेजारीच दुसरेही शिवमंदिर होते. तेही त्या पुरुषानेच बांधलेले. या दोन शिवमंदिरांच्या आसपास दुसऱ्याही देवतांची छोटी-छोटी मंदिरे होती. एक विनायक मंदिर होते. एक विठ्ठल मंदिर होते. एक विष्णु मंदिर होते. एक बलभीमाचे देऊळ होते.

शास्त्रीबुवांचा धन्य संसार या देवतापंचायतनाच्या सान्निध्यात सुखाने नांदत होता. कालगतीचा परिणाम, या देवतांनाही भोगावा लागत होता. सरदार-मानकऱ्यांची घराणीच डबघाईला आल्यामुळे, मंदिरांना देणग्या अशा कुठूनच येत नव्हत्या, तरीपण साऱ्या देवतांच्या पूजाअर्चा यथासांग पार पडत होत्या. त्यांत कसलाही चुकारपणा झालेला शास्त्रीबुवांना चालत नव्हता. साऱ्या देवतांची पूजा शास्त्रीबुवा स्वतःच करीत होते असे नाही; त्यांनी त्या कामासाठी स्वतंत्र ब्राह्मण ठेवले होते. त्यांच्या मासिक दक्षिणा ते आपल्या अर्जितातून भागवीत होते.

पानशेत धरण फुटले. खडकवासल्याच्या भिंतीला भगदाड पडले आणि पुण्यात अनर्थ उडाला. नेहमी झुळझुळत जाणारी कृशांगी मुठा, त्या दिवशी एखाद्या लावेसारखी उन्मत्त झाली. ऐन काठावर असलेली शास्त्रीबुवांची ती मंदिरे, मातलेल्या पाण्याने घशात घेतली. शास्त्रीबुवा आणि त्यांची कुटुंबीय मंडळी, देवळाच्या शिखरावर बारा घंटे निराधार अवस्थेत उभी राहिली. मंदिराच्या पाठीमागेच असलेल्या त्यांच्या राहत्या घरावरील छप्पर तरंगत जाताना त्यांनी प्रत्यक्ष पाहिले. घराचे अस्तित्व कणाकणाने विरघळून गेलेले त्यांना दिसले. मूल्यवान ग्रंथांचे पेटारे जलार्पण झाले. अत्यंत निष्ठेने अक्षरबद्ध केलेली संशोधने जलराक्षस घेऊन गेला. पुन: लिहिणे साधणार नाही, असे असंख्य हस्तलिखित कागद, पोरांनी सोडलेल्या कागदी होड्यांच्या मोलाने, पुराच्या पाण्यात वाहवटून गेले.

बोबड्या नातवंडाने रडून गदारोळ केला. अवघडून उभे राहणे लेकुरवाळ्या सुनेला अशक्य झाले. मुलगा तर त्या भयानक धक्क्याने अवाक झाला; पण शास्त्रीबुवांच्या मुद्रेवरची रेघ हलली नाही, की तोंडातून दु:खोद्गार निघाला नाही. ते साऱ्या कुटुंबीयांना धीर देत होते. 'थांबा. धीर धरा. हे सारे घडणार होते. घडते आहे ते स्थिर डोळ्यांनी बघा. प्राण वाचले ही ईश्वराची कृपा. तोल सांभाळा!'

अचानकपणे गेला नाही म्हणूनच साऱ्या कुटुंबीयांचा तोल सांभाळला गेला. संकटाची चढणी ओसरली गेली. सर्व कुटुंबीय वाचले. शास्त्रीबुवांची वास्तू नामशेष झाली. ग्रंथसंपत्ती लयाला गेली. हस्तलिखितांचा मागमूस उरला नाही. शंकराची दोन्ही मंदिरे जशीच्या तशी उभी राहिली. अयोध्यानाथाच्या मूर्ती वाचल्या. मंडप वाहून गेला. लोखंडी अलमाऱ्यांतील काही संदर्भग्रंथ भिजून का होईना; पण हाती लागले.

सर्व कुटुंबीयांसह शास्त्रीबुवा गावात एक मालकीचाच, दुसरा बंगला होता, तिथे राहायला आले. मुलगा दु:खाने काळवंडला होता. सून कावरीबावरी झाली होती. शास्त्रीबुवा मात्र शांत होते. नेहमीसारखे बोलत होते. नेहमीसारखेच वाचीत होते. नेहमीसारखीच टिपणे काढीत होते. नेहमीसारखेच लिहीत होते. स्थितप्रज्ञाच्या कर्मनिष्ठेने वाचन-लिखाण करीत होते. महिन्याभराच्या काळात शेकडो माणसे त्यांच्या समाचाराला आली. थक्क होऊन परत गेली. एवढ्या मोठ्या नुकसानीचा रतिमात्र परिणाम शास्त्रीबुवांच्यावर झालेला कुणाला दिसला नाही.

कुणी विचारले, ''शास्त्रीबुवा, नुकसान कितीच्या घरात असेल?''

''कोण जाणे!'' शास्त्रीबुवांनी हसत उत्तर दिले.

''ग्रंथ गेले?''

''मिळतील पुन!''

''हस्तलिखिते?''

''लिहून काढू!''

सत्तरीच्या घरातल्या त्या माणसाची सामर्थ्यवती जीवननिष्ठा एक क्षणही चाचरली देखील नाही.

राज्य सरकारच्या मुख्यमंत्र्यांनी शास्त्रीबुवांची मुद्दाम भेट घेतली. विचारपूस केली. आस्थेने विचारले, ''सरकारने काय करावे?''

''सरकारने करावे असे काही नाही.''

''दुसरी जागा देईल सरकार.''

''ठीक आहे.''

''नव्या इमारतीसाठी द्रव्यसाहाय्य देईल.''

''आनंद आहे.''

''संदर्भ ग्रंथांसाठी अनुदान देईल.''

''फारच चांगले.''

''आणखी काय करता येईल?''

''आणखी करायचे ते मीच केले पाहिजे. सर्वसार कोशाची सर्व हस्तलिखिते गेली आहेत. ती मीच लिहिली पाहिजेत. सरकार कशी लिहिणार?'' असे म्हणत शास्त्रीबुवा मोठ्याने हसले. मुख्यमंत्री स्तिमितच होऊन गेले.

मुलगा नवनिर्माणाच्या कामाला लागला. नवी इमारत बांधण्यासाठी संबंधितांना भेटण्यासवरण्यातच त्याचा जीव मेटाकुटीला आला. शास्त्रीबुवा आनंदात होते. अगदी नेहमीसारखेच वावरत होते. उलट आजकाल कुटुंबीयांशी अधिक बोलत होते. बोबड्या नातवाशी खेळत होते. त्याच्यासाठी तेही शिवाशिवी खेळत होते. त्याच्यासाठी तेही बोबडे बोबडे बोलत होते.

त्यांचे संध्याकाळचे फिरणेही चालू होते. मात्र या महिन्या दीड महिन्यात ते आपल्या शिवमंदिरांकडे गेले नव्हते. एका सोमवारी गेले. मंदिराच्या पडक्या परिसरातून हिंडले. अंधार होईतो तिथे बसून राहिले.

– आणि परत आले ते अबोल होऊन. जेवायला बसले तेव्हाही त्यांनी पहिल्या भातावरच आपोष्णी घेतली. त्या रात्री त्यांनी काही वाचले नाही. काही लिहिले नाही. त्यांच्या खोलीतला दिवा सारी रात्र जळत राहिला. मुलाने विचारले, सुनेने विचारले, शास्त्रीबुवांनी उत्तर दिले नाही. ते गप्प झाले. अगदी मुक्या माणसासारखे वावरू लागले. सुनेने मुद्दाम नातू मांडीवर देऊन पाहिला. शास्त्रीबुवा तरीही बोलले नाहीत. अनेकदा वाचलेली पोथी परत करावी, त्याप्रमाणे नातवाला सुनेकडे परत दिले. दिवसेंदिवस त्यांचा हा अबोलपणा वाढला. मुलाला काळजी वाटू लागली. पतिपत्नी आपापसांत कुजबुजू लागली.

"जेवणही कमी झालंय नाही?"

"जेवतच नाहीत हल्ली!"

"पूर्वी चहा कर असे तरी म्हणायचे! हल्ली शेजारी ठेवलेला कप जागच्या जागी गार होऊन जातो."

"वाचतात तरी का?"

"नाही."

"मग करतात काय दिवसभर?"

"खरं सांगू?"

"सांग."

"परवा की नाही मी त्यांच्या डोळ्यांच्या कडा ओल्या झालेल्या पाहिल्या."

"काय सांगतेस?"

"तुमच्याशपथ! त्यांना काळजी लागलीय कसलीतरी!"

"कशाची?"

"संसाराची. आणखी कसली?"

मुलाने प्रयत्नांची पराकाष्ठा केली. नवी जागा मिळवली. नव्या इमारतीच्या पायाचा मुहूर्त केला. मुहूर्ताचा पेढा शास्त्रीबुवांच्या हाती देऊन त्याने नमस्कार केला. शास्त्रीबुवांनी तो पेढा तसाच नातवाच्या हाती दिला. शास्त्रीबुवांची असली अवस्था घरातल्या माणसांनी कधीच पाहिली नव्हती. अपरंपार नुकसान उघड्या डोळ्यांनी पाहिले तरी शास्त्रीबुवा हादरले नव्हते. एकाएकी काय झाले ते कुणालाच कळेना. सामान्य माणसाला नाना उपायांनी प्रसन्न करता येते. शास्त्रीबुवांसारख्या तत्त्वज्ञान्याला प्रसन्न मन:स्थितीत कसे काय आणायचे? बोबड्याचा उपायही निरुपयोगी ठरला.

शास्त्रीबुवा कृश होत चालले. त्यांची कांती काळवंडत चालली. कपाळावरच्या सुरकुत्या सुस्पष्ट होऊ लागल्या. त्यांच्या मौनामुळे सारे घर जणू मुक्यांचे झाले. बडबड करणाऱ्या बोबड्यालाही त्याची आई तोंडावर हात ठेवून गप्प करू लागली. त्यांच्या खोलीकडे जात असताना त्याला मधेच अडवू लागली.

मुलगा अगदी रडकुंडीला आला. त्याने अनेक आप्तांना विचारले. कुणालाच शास्त्रीबुवांच्या व्यथेचे निदान करता येईना. शास्त्रीबुवांचे एक बंधू नामांकित डॉक्टर होते. पुतण्याने काकांना विचारले. काका घरी आले. शास्त्रीबुवांनी त्या डॉक्टरला अंगी हात घालू दिला नाही. कधी नव्हे ते ते धाकट्या भावावर खेकसले, 'मोठा आलाहे धन्वंतरी. माझी प्रकृती कसली तपासतोस? मला काही झालेले नाही.'

पुनः सारे घर आचारे का बिचारे झाले. कुणालाच काही समजेना. मुलाला वाटू लागले, आपणाला एखादी बहीण असती तर बरे झाले असते. वडिलांच्या अंतरंगाचा ठाव तिने हलक्या हाताने चाचपला असता. शास्त्रीबुवांना दटावेल असा माणूस सापडणे कठीण होते. अशा अवस्थेत त्यांना उघड प्रश्न विचारणेही धोक्याचे होऊन बसले होते.

नव्या इमारतीचे काम रेघेरूपेला आले. नाहीशा झालेल्या सर्व दुर्मीळ ग्रंथांच्या प्रती परत शास्त्रीबुवांच्या खोलीत येऊन हारीने उभ्या राहिल्या. मंदिराच्या प्राकारातील सारे खिळगे हलविले गेले. पडलेले भाग डागडुजी अंगावर घेऊन उभे झाले. शहरातल्या विद्वानांनी एकत्र येऊन एक सत्कार समिती स्थापन केली. शास्त्रीबुवांचा टोलेजंग सन्मान करण्याची योजना त्यांनी वृत्तपत्रांतून प्रकाशित केली. पद्मविभूषणसारखी मानाची उपाधी त्यांना प्राप्त व्हावी असेही प्रयत्न सुरू झाले. या साऱ्या वार्ता मुलाने भीत भीत शास्त्रीबुवांना सांगितल्या. शास्त्रीबुवांच्या मुद्रेवरची तिन्हीसांज उजळली नाही. 'हुं' कारापलीकडे कसलाच शब्द त्यांच्या तोंडून उमटला नाही.

अगदी आडदिवस. बुधवार होता. तिन्हीसांजा मिळाल्या होत्या. नातू किरकिर करून झोपी गेला होता. शास्त्रीबुवांची सून बंगल्याच्या बाहेर एका पायरीवर बसली होती. तिला उगीचच अवघडल्यासारखे झाले होते. एकाएकी विजेचे दिवे लागले. बंगल्याच्या प्रवेशद्वारावरचा झगझगता दिवा झळाळत पेटला. तो विझवून टाकावा म्हणून ती उठली. मागे वळणार तो दारात शास्त्रीबुवा उभे.

तशीच पगडी, तसाच अंगरखा, तसेच गळ्याभोवती लपेटलेले उपरणे – सून चटकन बाजूला झाली. कितीतरी दिवसांनी शास्त्रीबुवा आज बाहेर पडत होते.

"फिरायला?" तिने साहसाने विचारले.

"देवदर्शनाला." शास्त्रीबुवांनी उत्तर दिले.

"चालवेल?"

"न चालवायला काय झालं?" असा उलटा तिलाच प्रश्न करून शास्त्रीबुवा पायऱ्या उतरले. चालूदेखील लागले. तो म्हातारा तत्त्वज्ञ नेहमीच्या चालीने साचत्या अंधारातून पलीकडे निघून गेला.

रात्रीचे दहा वाजून गेले तरी शास्त्रीबुवा आले नाहीत. त्यांची सून उगीचच एखाद्या पाकोळीसारखी साऱ्या घरातून फेऱ्या मारू लागली. तिचा मुलगा जागा झाला. मोठ्यांदा रडू लागला. त्याला गप्प कसे करावे तेही त्या बापडीला सुधरेना. पुराच्या धक्क्याने वारलेल्या वर्तकांच्या वाड्यातील रडारड तिला आठवू लागली. मुलगा काही राहीना. एवढ्यात मुलाने वडील आले. मुलाच्या ओरडण्याला मागे सारून, खचितच ऐकू जाईल इतक्या मोठ्यांदा ती म्हणाली,

"किती वेळ लावलात तुम्ही?"

"अग, सत्कार समितीची सभा होती शास्त्रीबुवांच्या!"

"ते गेलेत निघून."

"कुठं?"

"फिरायला म्हणून गेलेत. अजून आले नाहीत." पत्नीच्या आवाजातील रडवेला स्वर तिच्या पतीचे काळीज जणू चिरीत गेला. हातातील हातपिशवी फेकीत तो ओरडला, "कुणीकडे गेलेत? देवदर्शनाला म्हणाले?"

मुलगा तसाच निघाला. सायकलीवरून पटकन मुळेकाठच्या शिवमंदिराकडे जाऊन यावे असे त्याला वाटले. आणखी अनंत शंका, तीर घुसावेत तशा, त्याच्या मेंदूत घुसल्या. तो बाहेर पडतो न पडतो तोच त्याच्या कानी स्वच्छपणे म्हटलेली मराठी कविता पडली :

श्रवणींचें श्रवणीं नग हालती
गळति गुंफिलिया शिरिं मालती
लगबगा मग गौळणि चालती
थराथरा स्तन मंथर हालती

तो आवाज शास्त्रीबुवांचाच होता. ते सहसा गुणगुणत नसत. आणि गुणगुणत तेव्हा विशुद्ध देववाणीत. ही कविता पंडिती असली, तरीही मराठी आणि त्यांत शेवटची ओळ! पण इतक्यांत शास्त्रीबुवाच समोर आले.

"अरे, चाललास कुठं?"

"जात नाही. तुम्हांलाच पाह्यला..."

"मी गेलो होतो देवळांत. फार वेळ लागला. बोबड्या झोपला का? आणि त्याची आई? तिला म्हणावं, मुगाची खिचडी कर. पापड भाज. मला खूप भूक लागली आज. फार दिवसांनी चाललो ना!"

बोलत बोलत शास्त्रीबुवा आपल्या खोलीत गेले. मुलगा आश्चर्याने थक्क झाला. वडिलांच्या वृत्तीत एकाएकी अवतरलेल्या उत्साहाने त्याला उलटे भय वाटल्यासारखे झाले. तो अधिकच गांगरला.

"बोबड्याला माझ्याकडे आण, तो सैंपाक नाही करू द्यायचा तिला," शास्त्रीबुवा आपल्या खोलीतून बोलले. मुलाच्या आश्चर्याला सीमाच राहिल्या नाहीत. त्याला एकदम देवाघरी रमलेल्या आपल्या आईची आठवण झाली. त्याचे डोळे काठोकाठ भरले. उगीचच हुंदका दाटला.

शास्त्रीबुवा अतिशय प्रसन्न होते. ते स्वत: अगदी चवीने जेवीत होते. मधून मधून बोबड्याला शीतशीत भरवीत होते. मुलगा आणि सून अजूनही आश्चर्यांत बुडलेली होती. मधेच शास्त्रीबुवा म्हणाले, "तुला माहीत नाही सूनबाई. ह्याची आई आमसुलाचं सार मोठं छान करायची. म्हणजे ते शेणव्यांच्यांत करतात तसलं नव्हे बरं! नारळाचं पाणीबिणी काही नाही. नुसत्या आमसुलाचं सार. अप्रतिम लागतं - काय रे?"

त्यांनी होऊनच काही विचारले, तेव्हा मुलाला बोलण्याचा धीर झाला. हातातला घास हातात ठेवीत तो वडिलांना म्हणाला-

"शास्त्रीबुवा?"

"आलं लक्षात तू काय विचारणार आहेस ते. इतक्या बारीक गोष्टी मी कधी बोलत नाही. आज बोलाव्याशा वाटताहेत. आज मला खूप बरं वाटतंय. अरे, एक काळजी मिटली-"

मग कुणालाच काही बोलावं लागलं नाही. पेंगत्या मुलाला आचवून, आणून सुनेने आपल्या मांडीवर घेतला. थोडी दूरशी, ती भुईवर बसली. मुलगा लक्ष देऊन ऐकू लागला. वडील स्वत: होऊनच सारी कथा विस्तारपूर्वक सांगू लागले.

“अरे झालं काय, आपल्या देवळाची कळा पाहून मी फार दुःखी झालो होतो. तिकडे जावं असं देखील मनात वाटत नव्हतं. ज्या देवळातली फरशी, दर्शनाला येणाऱ्या माणसांच्या पावलांनी गुळगुळीत रेशमासारखी झाली होती, त्या देवळात चिटपाखरू फिरकू नये म्हणजे काय? इमारती पुनः उभ्या राहतील. तू पैसे कमवशील. नुकसान भरून येईल. कदाचित आयुष्य लाभलं तर कोशाचं कामही मनासारखं पुरं होईल. पण–” शास्त्रीबुवा, मधेच पाणी प्यायले. डाव्या हाती फुलपात्र घेऊन त्यांनी ते पालथ्या उष्ट्या उजव्यावर ठेवले आणि मग ओठाशी लावले. पाणी पिऊन झाल्यावर अतिशय तृप्त स्वरात ते म्हणाले, “आज परत देवळात गेलो होतो.”

“पडलेला भाग दुरुस्त करविला आहे,” मुलगा मधेच बोलला.

“ते ठीक केलंस. मी आज सातच्या सुमारास देवळात जाऊन बसलो. तोवर तिथं कुणी नव्हतं. मला वाटलं, गेलं. या पुरातन देवळाचे महत्त्व पार नाहीसं झालं. त्याच काळजीनं मी कष्टी झालो होतो. पण थोड्याच वेळात एक मोठ्ठी मोटार येऊन समोर उभी राहिली. एक चांगलं सुशिक्षित कुटुंब, पुरुष, स्त्रिया, मुलं – असं आत आलं. त्यांच्यातल्या प्रमुखानं मला विचारलं, “देवळात कुणी नसतं का?”

“का?” मी म्हणालो.

“नवस फेडण्यासाठी आलो आहो आम्ही. दोन वर्षांपूर्वी मी इथे पुण्यात होतो. तेव्हा नवस केला होता. आता तिकडे नागपूरला असतो. मुलाबाळांना घेऊन आलोय. पुरात फार नुकसान झालं म्हणतात या मंदिराचं!”

माझी काळजी मिटली, पूर्ण मिटली. पुजाऱ्याचं घर मुठेनं गिळून टाकलं. मंदिराच्या परिसराची पाडापाड केली. पण देवाचं माहात्म्य काही ती धुऊन टाकू शकली नाही. ते कायम आहे, ते कायम आहे. मग आबा भटजींना बोलावून घेतलं मी. ती मंडळी रुद्राभिषेक करतील सोमवारी–!”

शास्त्रीबुवांनी अपोष्णी घेतली. जेवण संपले. उठता उठता केवढ्या तरी मोठ्यांदा त्यांनी ढेकर दिली. ते तृप्त झाले होते. त्यांची काळजी मिटली होती. देवाच्या काळजीने काळवंडलेल्या त्या माणसाची मुद्रा आज देवासारखी दिसत होती.

◆◆◆

ग. दि. माडगूळकरांची आम्ही प्रकाशित केलेली पुस्तके

१) सोने आणि माती

२) काव्यकथा

३) जोगिया

४) मिनी

५) चार संगतिका

६) कृष्णाची करंगळी

७) उभे धागे आडवे धागे

८) गीत सौभद्र

९) आकाशाची फळे

१०) लपलेला ओघ

११) अंतरंग

१२) थोरली पाती

१३) वेग

१४) भाताचे फुल